శివ-పురాణం

బి. కె. చతుర్వేది

డైమండ్ బుక్స్

ప్రచురణకర్త :

ప్రచురణకర్త. : డైమండ్ పాకెట్ బుక్స్ (P) Ltd.

X-30, ఓఖ్లా ఇండస్ట్రియల్ ఏరియా, ఫేజ్-II

న్యూఢిల్లీ-110020

ఫోన్. : 011-40712200

ఇ-మెయిల్. : sales@dpb.in

వెబ్‌సైట్. : www.diamondbook.

ద్వారా ముద్రించబడింది : రె ప్రో (భారతదేశం)

శివ పురాణం రచన

బి. కె. చతుర్వేద

కంటెంట్‌లు

ముందుమాట

శివ పురాణం శివుని గురించిన అత్యంత ప్రామాణికమైన వివరాలను కలిగి ఉందని ప్రత్యేకంగా చెప్పనవసరం లేదు. మన పాఠకులకు సులభంగా అర్థమయ్యేలా ఈ పుస్తకంలో ప్రాచీన విజ్ఞానానికి సంబంధించిన మొత్తం గ్రంథం చిన్న , చిన్న కథలుగా మార్చబడింది. మన 'విష్ణు పురాణం'లో ఇదివరకే ప్రస్తావించబడిన మరియు పునరావృతమయ్యే చాలా వివరాలు స్థలాన్ని ఆదా చేయడం కోసం క్లుప్తంగా వివరించబడ్డాయి.

ఫుట్‌నోట్స్‌లో సూచించిన వివరాల గురించి కొన్నిసార్లు కొంత గందరగోళం కనిపించింది. ఈ కథలు చాలా వరకు కళా ప్రక్రియలో ఉపమానంగా ఉన్నందున, వాటి నిజమైన ప్రాముఖ్యత కుండలీకరణాల్లో కూడా సూచించబడింది. సంక్షిప్తంగా, మీ చేతుల్లో ఉన్నది శివపురాణం యొక్క ముఖ్యమైన అనువాదం మరియు వివరణ.

ఇది రెండు కారణాల వల్ల ఖచ్చితంగా జరిగిందిఒకటి గ్రహణశక్తిని తార్కికంగా చేయడం మరియు రెండవది మన సామాన్య పాఠకులకు ఉపయోగకరంగా ఉండని ఇతర ఆచార వివరాలను దాటవేయడం. మన పాఠకులకు ఈ పురాణం గురించి క్లుప్తమైన కానీ సమగ్రమైన సంగ్రహావలోకనం ఇవ్వడం మరియు మన మనస్సును ఏర్పరుచుకునే మరియు మన మతపరమైన సాంస్కృతిక తత్వాన్ని అభివృద్ధి చేసే మూలాలను ఊహించడం ద్వారా వారిని మరింత ప్రావీణ్యం పొందేలా ప్రేరేపించడం ఈ ప్రయత్నం.

మన పురాణాల గుత్తిలోని ఈ రెండో పుష్పానికి కూడా ఘనస్వాగతం లభిస్తుందని ఆశిస్తున్నాం.చివరగా మన సంస్కృతిని పునరుజ్జీవింపజేయాలనే ఉత్సాహానికి అవధులు లేని డైమండ్ పబ్లికేషన్స్ నరేంద్రజీకి రచయిత తన కృతజ్ఞతలు తెలియజేయాలనుకుంటున్నారు. అలాంటి 'అట్లాస్'లకు హ్యాట్సాఫ్!

1.శివపురాణం: ఒక పరిచయం

'శివ-పురాణం' మహాపురాణమా కాదా అనేది సందేహాస్పదంగా ఉన్నప్పటికీ, కొన్ని సమయాల్లో, మహాపురాణాల జాబితాలో 'శివపురాణం'కి బదులుగా వాయు పురాణం కూడా ఉంటుంది కాబట్టి, ఇది ఒక ముఖ్యమైన గ్రంథం అనడంలో సందేహం లేదు. ఏ విధమైన వర్గీకరణలను వాయిదా వేయడానికి ప్రజాదరణ పొందిన దేవత. ఎందుకంటే, హిందూ సుప్రీం డైటీలలో, విజ్. విష్ణువు, శివుడు మరియు బ్రహ్మ, అన్ని వర్గాల జీవులచే ఆరాధించదగినది శివుడు మాత్రమే.

అతను దేవతలకు మరియు మానవులకు ఆరాధ్య భగవంతుడు కాకుండా రాక్షసులు మరియు హృదయాలచే పూజించబడ్డాడు. తన భక్తులను వారి జాతిని బట్టి వేరు చేయని ఏకైక భగవంతుడు, భక్తి మరియు విశ్వాసం ద్వారా మాత్రమే. అందుకే రావణుడు మొదలైన చాలా ఘోరమైన రాక్షసులు కేవలం శివుడి నుండి మాత్రమే వరాలను పొందారు. వాస్తవానికి పురాతన ఋషులు పద్దెనిమిది పురాణాలను మూడు విస్తృత వర్గాలుగా విభజించారు మరియు ప్రతి సమూహంలో ఆరు గ్రంథాలు ఉన్నాయి. హిందూ త్రిమూర్తులు బ్రహ్మ, విష్ణు మరియు మహేశ్ (శివుడు) కలిగి ఉంటారు.

బ్రహ్మను సృష్టికర్తగా, విష్ణువు సంరక్షకుడిగా మరియు శివుడు సృష్టిని నాశనం చేసేవాడుగా పరిగణించబడతారు. ముగ్గురూ ముఖ్యమైన దేవుళ్లు కాబట్టి, ఏ పురాణంలోనైనా ముగ్గురికి తగిన ప్రాధాన్యత ఇవ్వబడింది. అయినప్పటికీ, సాపేక్ష ప్రాముఖ్యత పురాణం నుండి పురాణం వరకు మారుతూ ఉంటుంది. సర్వోన్నత దేవత (విష్ణువు) యొక్క వివిధ అవతారాల గురించి ఎక్కువగా మాట్లాడే గ్రంథాలను "సాతవిక పురాణాలు అంటారు. సృష్టికి ప్రాధాన్యతనిచ్చే గ్రంథాలు బ్రహ్మకు ఎక్కువ ప్రాధాన్యత ఇస్తాయి మరియు వాటిని 'రాజసిక' పురాణాలు అని పిలుస్తారు.

మరియు విధ్వంసక అంశాన్ని నొక్కి చెప్పేవి. పరమేశ్వరుని 'తామసిక' పురాణాలు అంటారు.ఈ విధంగా శివపురాణం మూడవ వర్గానికి చెందినది.ఈ వర్గంలోని ఇతర పురాణాలు మత్స్య పురాణం, కర్మ పురాణం, లింగ సికంద మరియు అగ్ని పురాణం. ఈ పురాణాలన్నీ సృష్టికి సంబంధించిన రికార్డులను దాని ఆరంభం నుండి ప్రతిష్ఠించాయి, సృష్టి యొక్క అంశాన్ని నొక్కిచెప్పడం ప్రకారం వచనం విభిన్నంగా ఉంటుంది. శివపురాణం హిందువులకు చాలా పవిత్రమైన గ్రంథం. ముఖ్యంగా శివుని విశ్వాసానికి కట్టుబడి 'శైవ' అని పిలవబడే వారికి. ఇది 24,000 శ్లోకాలను కలిగి ఉన్న భారీ టోమ్. అవి ఆరు 'సంహితలు' (పాండిక్ట్‌లు లేదా విభాగాలు)గా విభజించబడ్డాయి.

ఈ 'సంహిత'ల పేర్లు, 'జ్ఞాన సంహిత' 'విద్యేశ్వర సంహిత' 'కైలాస సంహిత' 'సనత్-కుమార్ సంహిత', 'వయువీయ సంహిత' మరియు 'ధర్మం. సంహిత'. ప్రతి 'సంహిత' అధ్యాయ అని పిలువబడే అధ్యాయాలుగా విభజించబడింది. 'జ్ఞాన సంహిత'లో డెబ్బై ఎనిమిది అధ్యాయాలు ఉండగా, "విద్యేశ్వర

సంహిత' పదహారు, 'కైలాస సంహిత' పన్నెండు, సనత్- కుమార్ సంహిత యాభై తొమ్మిది, 'వాయవీయ సంహిత, ముప్పై మరియు 'ధర్మ. సంహిత' అరవై తొమ్మిది. ఈ పురాణాలన్నీ వేదులచే సంకలనం చేయబడ్డాయి మరియు సవరించబడ్డాయి మరియు అతని శిష్యుడు రోమహర్షణుడు లేదా లోమహర్షణుడు శివుని యొక్క అత్యున్నత ప్రాముఖ్యతను నొక్కిచెప్పడానికి జ్ఞానులు మరియు ఋషుల ముందు తన శివపురాణాన్ని పఠిస్తారు.

ఇంతకు ముందు సూచించినట్లుగా, ఇతర దేవతల నుండి సహాయం లేదా వాగ్దానం లేని వారందరికీ శివుడు నిజంగా ఆరాధ్యదైవం. అందుకే ఆయన ఆరాధన చాలా తేలిక. విష్ణువు యొక్క ఆరాధన వలె కాకుండా, ఖరీదైన మరియు గొప్ప ఆచారాలు అవసరమయ్యే ఒక మూలం లేదా పువ్వు ద్వారా అతను శాంతింపజేయవచ్చు లేదా సంతోషించవచ్చు.

శివారాధనలో అత్యంత ప్రాముఖ్యమైనది భావ స్వచ్ఛత. విధ్వంసానికి బాధ్యత వహించేవాడు, అతను సంతోషిస్తే వినాశనాన్ని వాయిదా వేయగల సామర్థ్యం చాలా ఎక్కువ. అదే అతని విపరీతమైన పాపులారిటీకి కారణం. ఈ అత్యంత ప్రసిద్ధ హిందూ దేవత గురించి లోమహర్షణ ఋషి జ్ఞానులకు మరియు ఋషులకు ఏమి చెప్పాడో ఇప్పుడు మనం చర్చిస్తాము.

2. సోర్బెల్ లోమహర్షణుడు ఇలా చెప్పాడు

టెన్సిశరణ్య అనేది ఆధునిక లక్నోకు సమీపంలో ఉన్న ప్రదేశం, ఇది పురాతన కాలంలో నాపేరీ పవిత్ర ప్రదేశం. రాజా జనకుని పూర్వీకుడు (రామాయణం ఖ్యాతి పొందిన) పవిత్ర యాగం చేసిన ప్రదేశం కారణంగా, ఇది మరింత పవిత్రమైనది మరియు దర్శకుల సభకు ఇష్టమైన ప్రదేశంగా మారింది. యుగయుగాల క్రితం ఎందరో ఋషులు నివసించిన ప్రదేశం ఇది. ఒకరోజు ఈ ఋషులు లోమహర్షణుని దూపించి ఇలా వేడుకున్నారు:

"ఓ మహా ఋషి! వారిలో అగ్రగణ్యుడైన వేదవ్యాసుల ఋషి నుండి మీరు సంపాదనలో ఉన్న జ్ఞానము వలన మీది ధన్యమైన అస్తిత్వం. కాబట్టి మీలో లేనిది సూర్యుని క్రింద ఏదీ లేదు. కెన్, మీరు ఈ ప్రపంచం మొత్తం భూత, వర్తమానం మరియు భవిష్యత్తును మీ అరచేతిలో పడి ఉన్న పండులాగా స్పష్టంగా చూడవచ్చు. శివుని మహిమను తెలుసుకోవాలని మేము చాలా ఆసక్తిగా ఉన్నాము కాబట్టి దానిని గురించి తెలియజేయమని మేము మిమ్మల్ని అభ్యర్థిస్తున్నాము. " లోమహర్షణుడు ఇలా జవాబిచ్చాడు:

"చాలా బాగా ఋషులు. చాలా సంవత్సరాల క్రితం నారద మహర్షి ఈ కోరికను సృష్టికర్త అయిన బ్రహ్మదేవుని ముందు వ్యక్తం చేసాడు మరియు అతను తనకు ఏమి చెప్పాడో అది ఇప్పుడు నాచే చెప్పబడుతుంది."

3. బ్రహ్మ కథ

సృష్టి ప్రారంభంలో విశ్వం చాలా పెద్దది కాదు. అన్ని చోట్లా ఉన్న బ్రహ్మం (అత్యున్నత సారాంశం) మాత్రమే ఉందని చెప్పబడింది. అప్పుడు వేడి మరియు చల్లని, మందపాటి లేదా సన్నని, సూక్ష్మ లేదా మానిఫెస్ట్ ఏమీ లేదు. ప్రతిచోటా నీరు ఉండేది. శ్రీమహావిష్ణువు తన గొప్ప రూపంలో కనిపించాడు మరియు "నారాయణుడు" అనే బిరుదును సంపాదించుకోవడానికి నీటిపై పడుకున్నాడు.విష్ణువు నిద్రిస్తుండగా, అతని నాభి నుండి ఒక తామరపువ్వు (పద్మ) మొలకెత్తింది, దానిలో లెక్కలేనన్ని రేకులు ఉన్నాయి మరియు దాని కాండం మెరుస్తుంది.

దాని ద్వారా కోటి మెరుపులు వెలువడ్డాయి.ఆ కమల ఘటాల నుండి బ్రహ్మదేవుడు తన ఉనికి గురించి తెలుసుకున్నాడు. అతను దిగ్భ్రాంతి చెందాడు మరియు ఆశ్చర్యపోయాడు: "ఇక్కడ ఈ కమలం తప్ప మరొకటి లేదు ప్రతిచోటా వ్యాపించాయి. ఆపై అతను తనను తాను ప్రశ్నించుకోవడం ప్రారంభించాడు. "నేను ఎవరు మరియు నేను ఎక్కడ నుండి పుట్టాను? నేను ఎవరు? ఏమిటి నా అస్తిత్వం యొక్క పోర్పోస్?" తన మనస్సును కలవరపరుస్తూనే ఉన్న ప్రశ్నలకు సమాధానాలు రాకపోవడంతో, అతను అన్వేషిస్తే ప్రశ్నలకు సమాధానం లభిస్తుందని అతను అనుకున్నాడు.అంతులేని కమలం. "బహుశా నా ఉనికి గురించి నాకు క్లూ లభిస్తుందా?' ఈ ఆలోచనతో బ్రహ్మ తన మనస్సులో కమలం యొక్క కాండం క్రిందకు దిగి సుమారు వంద సంవత్సరాలు తిరిగాడు.

అయితే అతను ఎన్ని ప్రయత్నాలు చేసినా అతను భారీ తామర పువ్వు యొక్క కేంద్రం లేదా ప్రారంభం లేదా ముగింపును కనుగొనలేకపోయాడు. అప్పుడు అతను తను జన్మించిన సెల్‌కి తిరిగి వెళ్ళవచ్చని నిర్ణయించుకున్నాడు. కానీ అతను కమలం చుట్టూ అక్కడ మరియు ఇక్కడ తిరుగుతున్నప్పటికీ అతను ఉద్భవించిన సెల్‌ను కనుగొనడంలో విఫలమయ్యాడు. దీని కోసం అతను అలా చేస్తూనే ఉన్నాడు . మరో 100 సంవత్సరాలు. ఇప్పుడు అతను తన ప్రయత్నంలో చాలా అలసిపోయాడు, అతను శోధనను విడిచిపెట్టాలని నిర్ణయించుకున్నాడు మరియు విశ్రాంతి తీసుకున్నాడు. అకస్మాత్తుగా, అతనికి ఆజ్ఞాపిస్తున్న పెద్ద స్వరం వినిపించింది: "బ్రహ్మ, తపస్సు (ధ్యానం) చేసి ప్రశాంతంగా ఉండు." బ్రహ్మ ఆజ్ఞను అనుసరించి పన్నెండేళ్లు తపస్సు చేశాడు.

ఆ కాలం ముగుస్తున్నప్పుడు, ఒక బ్రహ్మదేవుని ముందు విష్ణువు తన నాలుగు చేతుల రూపంలో ప్రత్యక్షమయ్యాడు. విష్ణువు తన నాలుగు చేతులలో 'శంఖం' (మంచం-పెంకు) 'చక్రం' (పదునైన బ్లేడెడ్ డిస్కస్), గదా (మెస్) మరియు పద్మ అనే తామర పువ్వును కలిగి ఉన్నాడు. బ్రహ్మ ఈ వింత రూపాన్ని చూసి సంతోషించలేదు మరియు అతని ఉత్సుకతతో ఇలా అడిగాడు: "ప్రభూ, నువ్వు ఎవరు? విష్ణు ఈ ప్రశ్నకు సూటిగా సమాధానం ఇవ్వకుండా తప్పించుకున్నాడు: "కుమారా! నీవు విష్ణువుచే సృష్టించబడ్డావా?" "అయితే నన్ను 'కొడుకు' అని సంబోధించడానికి నువ్వు ఎవరు?

బ్రహ్మను కోరాడు . “నన్ను గుర్తించలేవా కొడుకా” అడిగాడు విష్ణు. “నేను విష్ణువు మరియు మీరు కలిగి ఉన్న నా శరీరం నుండి నేను మిమ్మల్ని రక్షించాను . ఆవిర్భవించింది.” కానీ బ్రహ్మకు అస్సలు నమ్మకం కలగలేదు. విష్ణువు తన వాదనను రుజువు చేయడానికి సాక్ష్యాలను సమర్పించలేకపోయాడు కాబట్టి, బ్రహ్మ అతనిని తన కొడుకు అని పిలవడంపై విరుచుకుపడ్డాడు. ఫలితంగా, అతను విష్ణువుతో యుద్ధం ప్రారంభించాడు.

లింగం యొక్క స్వరూపం వారి మధ్య ఘర్షణ జరుగుతుండగా, లింగం అనే మెరుస్తున్న స్తంభం కనిపించింది. ఇది చాలా పెద్దది, దీనికి ప్రారంభం లేదా ముగింపు లేనట్లు అనిపించింది. బ్రహ్మకు విష్ణువు ఎక్కడ సలహా ఇచ్చాడు: “మన మధ్య మూడో జీవి కూడా ఉంది కాబట్టి మనం యుద్ధం ఆపుకుందాం. ముందుగా ఈ లింగాన్ని గురించి తెలుసుకుందాం.

ఈ స్తంభం భూమిపై ఏమిటి? దీని మూలం ఏమిటి లేదా ఎక్కడ మరియు ఎలా ఉంది? ఎక్కడినుండి వచ్చినట్లు ఇక్కడ కనిపించాడు?అంతకుముందే కమలాన్ని కొలిచేందుకు కూడా తన ఫలించని శోధనను ముగించిన బ్రహ్మ, ఈ లింగాన్ని గురించి తెలుసుకోవాలనే ఉత్సాహం చూపలేదు. అప్పుడు విష్ణువు మళ్ళీ సలహా ఇచ్చాడు. “మీరు హంస (హంస) రూపాన్ని స్వీకరించి పైకి వెళ్లండి మరియు నేను క్రిందికి వెళ్ళడానికి ఒక వరాహ (వరాహ) రూపాన్ని అవలంబిస్తాను. మనం లింగంగా పిలువబడే ఈ భారీ స్తంభం యొక్క అంత్య భాగాలను ప్రయత్నిద్దాం.

” బ్రహ్మ ఆ సూచనకు అభ్యంతరం చెప్పలేదు. తెల్ల హంస రూపాన్ని స్వీకరించి పైకి ఎగిరింది. విష్ణువు తెల్ల పంది రూపాన్ని ధరించి క్రిందికి వెళ్ళాడు. వారిద్దరూ నాలుగు వేల కోసం అన్వేషణలో నిమగ్నమై ఉన్నారు . ఏళ్లు గడిచినా ఆ లింగం అంతానికి చేరుకోలేకపోయింది. వారిలో ఎవరూ అంతులేని ఆ వస్తువు యొక్క రెండు అంత్య భాగాలకు చేరుకోలేరు. చివరికి వారు ఎక్కడ నుండి ప్రారంభించారో అక్కడకు తిరిగి వచ్చి ప్రార్థన చేయడం ప్రారంభించారు.

దాదాపు వెయ్యి సంవత్సరాలు వారు ప్రార్థనలు చేస్తూనే ఉన్నారు. ఆ పెద్ద పీరియడ్ ముగింపు దశకు వచ్చేసరికి ఓం అనే శబ్దం వినిపించింది. ఆ శబ్దంతో పాటు ఐదు ముఖాలు మరియు పది చేతులతో ఒక జీవి వారి ముందు కనిపించింది. అది మహాదేవ లేదా శివుడు తన అసలు రూపంలో. విష్ణువు ఆ గొప్ప అస్తిత్వానికి నమస్కరించి ఇలా అన్నాడు: “బ్రహ్మ మరియు నేనూ యుద్ధం చేయడం మంచిది, ఇది మిమ్మల్ని ఇక్కడికి తీసుకువచ్చింది.” శివుడు ప్రశాంతంగా సమాధానమిచ్చాడు: "అయోమయం చెందకండి. మనమంతా ఒకే అస్తిత్వంలోని మూడు భాగాలు.

వేర్వేరు రూపాలు కలిగి ఉన్నప్పటికీ మనం ఒక్కటే. బ్రహ్మ సృష్టికర్త అయితే, విష్ణువు సంరక్షకుడు. నేను విధ్వంసకుడిని. ఇవే పాత్రలు. ఆ సర్వోన్నత సంస్థ మనకు అప్పగించింది.నా శరీరం నుండి రుద్రుడు అనే పేరు మరొకటి ఉంది, కానీ రుద్రుడు మరియు నేను వేర్వేరుగా ఉండము అని అర్థం చేసుకోండి. నిజానికి మనమంతా ఒక్కటే. ఇప్పుడు బ్రహ్మ తన పాత్రను ప్రారంభించనివ్వండి. సృష్టికర్త."

ఈ విధంగా జ్ఞానోదయం పొందిన విష్ణువు మరియు బ్రహ్మ హంస మరియు పంది రూపాలను విడిచిపెట్టారు మరియు అతని ఇద్దరు సహచరులు వారి అసలు రూపాన్ని తిరిగి పొందడంతో శివుడు అదృశ్యమయ్యాడు.మరొక పురాణ కథనంలో, ఆ లింగం యొక్క అంత్య భాగాలను శోధించడంలో, బ్రహ్మ తన లింగం యొక్క ముగింపుకు చేరుకున్నట్లు చెప్పడానికి నకిలీని ఆశ్రయించాడని చెప్పబడింది. అతని మద్దతుగా అతను కేతకి పువ్వును కూడా తీసుకువచ్చాడు, అది అతను కనుగొన్నట్లు పేర్కొన్నాడు. ఆ సమయంలోనే శివుడు బ్రహ్మను అసత్యం మాట్లాడినందున, జీవుల నుండి తనకు తగిన పూజలు లభించవని శపించాడు మరియు అతని పూజలో కేతకి పుష్పాన్ని ఉపయోగించడాన్ని నిషేధించాడు.

4.బ్రహ్మ సృష్టి ప్రక్రియను ప్రారంభిస్తాడు

ప్రారంభంలో ప్రతిచోటా నీరు ఉంది. నీటి లో. విష్ణువు ఒక భారీ గుడ్డు (అండ) సృష్టించాడు. అప్పుడు అతను స్వయంగా గుడ్డులోకి ప్రవేశించాడు. బ్రహ్మ ఆ బంగారు గుడ్డు నుండి జన్మించాడు కాబట్టి అతన్ని తరచుగా హిరణ్యగర్భ అని పిలుస్తారు. ఈలోగా, బ్రహ్మ, తన స్వంత సృష్టి తర్వాత ధ్యానం చేయమని అడిగాడు. అతని ధ్యానం యొక్క శక్తుల నుండి అతను అనేక మంది ఋషులను (ఋషులను) సృష్టించాడు.

వారిలో కర్దమ్, దక్ష మరియు మారెచ్చి ఉన్నారు. మారేచి కొడుకు కశ్యపుడు. దక్షుడికి అరవై మంది కుమార్తెలు ఉన్నారు మరియు వారిలో ముప్పై మంది కశ్యపులకు వివాహం చేశాడు. ఈ వివాహం నుండి, కశ్యపని అన్ని దేవతలు (వారి తల్లి అదితి కాబట్టి ఆదిత్య అని పిలుస్తారు), రాక్షసులు (వారి తల్లి దితి కాబట్టి దైత్య అని పిలుస్తారు) అని అక్షరాలా సృష్టి యొక్క అధిపతి అని పిలుస్తారు. దానవ వృక్షాలు, పక్షులు, పాములు, పర్వతాలు మరియు లతలు ప్రపంచాన్ని విస్తరించాయి.ఒకరోజు త్రిమూర్తులలో ఎవరు గొప్ప అని విష్ణువు సన్నిధిలో ఋషులు (దివ్య ఋషులు) బ్రహ్మను అడిగారు. బ్రహ్మ, శివుడు లేదా విష్ణువు. బ్రహ్మ, విష్ణువుల మధ్య వివాదం తలెత్తడంతో తాను ఉన్నానని బ్రహ్మ ప్రకటించాడు.

సుదీర్ఘంగా వారు ఈ విషయాన్ని వేదాల అధికారానికి సూచించడానికి అంగీకరించారు. ఈ గౌరవం శివునిదేనని పవిత్ర గ్రంథాలు ప్రకటించాయి. మిగిలిన ఇద్దరూ, "పాములతో అలంకరించబడిన వక్రీకృత తాళాలు ధరించి, శ్మశాన వాటికలలో ఆనందించే గోబ్లిన్ ప్రభువు ఎలా ఉన్నతుడు అవుతాడు?" వారు ఇలా చెప్పుకుంటూనే, శివుడు విశాలమైన మరియు భయంకరమైన మానవ రూపంలో వారి మధ్యలోకి వచ్చాడు. అతనిని చూడగానే బ్రహ్మదేవుని ఐదవ తల కోపంతో మెరుస్తూ ఇలా చెప్పింది: "ఓ చంద్రశేఖరా, నువ్వు చేస్తావని నాకు తెలుసు, ఎందుకంటే నా నుదిటి నుండి నీవు పుట్టావు, మరియు వారు ఏడ్చినందుకు నేను నిన్ను రుద్ర అని పిలిచాను. ఆ తర్వాత శరణు వేడేందుకు త్వరపడండి. నా పాదాలు, నేను నిన్ను రక్షిస్తాను, ఓ నా కుమారుడా!"

1. తన తల కిరీటం వద్ద చంద్రుడిని ధరించేవాడు అని సాహిత్యపరంగా అర్థం.
2. సాహిత్యపరంగా ఏడ్చేవాడు అని అర్థం.

ఈ గర్వకారణమైన మాటలకు శివుడు మండిపడ్డాడు, భైరవుని ఎడమ చేతి బొటనవేలుతో తక్షణమే బ్రహ్మ తలని నరికాడు. శివుని మరొక రూపమైన రుద్రుడు కైలాస పర్వతంపై నివసించాడు. దక్షుని కుమార్తె, సతి, రుద్ర (శివుడు)ని వివాహం చేసుకుంది.

అయితే, శివ మరియు దక్ష మధ్య మంచి సంబంధాలు లేవు. ఒకసారి బ్రహ్మ సమావేశంలో, శివుడు తన అల్లుడు కాబట్టి, అతని నుండి ఎటువంటి గౌరవం పొందకూడదని భావించిన దక్షుడిని మినహాయించి, శివుడు పెద్ద మరియు చిన్న దేవతలందరూ పూజ్యభావంతో లేచి నిలబడ్డారు. చాలా కాలం తరువాత, దక్షుడు బ్రహ్మచే ప్రజాపతి (పురుషుడు)గా ప్రకటించబడ్డాడు మరియు ఈ సందర్భాన్ని పురస్కరించుకుని అతను ఒక భారీ 'యజ్ఞం' (బలి) ఏర్పాటు చేసాడు, దీనిలో అతను పాత వాంకోర్ కారణంగా తన అల్లుడు శివుడిని మినహాయించి అన్ని దేవతలకు ఆహ్వానం పంపాడు. . సతీదేవిని ఇంకా ఆహ్వానించకపోయినప్పటికీ, శివ ప్రతివాదనకు వ్యతిరేకంగా ఆమె తన తండ్రి వద్దకు ఆహ్వానం లేకుండా ఫంక్షన్‌కు వెళ్లింది.

కానీ ప్రతి పెద్ద లేదా చిన్న దేవునికి నైవేద్యాన్ని కేటాయించడం మరియు తన ప్రభువు మరియు త్రిమూర్తుల యొక్క ప్రధాన దేవతలలో ఒకరి కోసం అలాంటి నైవేద్యం లేదని చూసినప్పుడు, ఆమె తన తండ్రి చూపిన ఈ కఠోర ధిక్కారానికి చాలా కలత చెందింది. యాగం యొక్క పవిత్ర గొయ్యిలోకి దూకడం ద్వారా ఆమె జీవితాన్ని ముగించింది. ఆమె తండ్రి కూడా ఆమెను ధిక్కరించడం ద్వారా ఆమె కోపం మరింత తీవ్రమైంది. శివ (రుద్ర) యాగ వేదిక వద్ద జరిగిన సంఘటన మరియు నిరసనలో అతని భార్య మరణం గురించి విన్నప్పుడు, అతను చాలా కోపంగా ఉన్నాడు, అతను వీర్ భద్ర నేతృత్వంలోని తన అనుచరులను పంపి వేడుక మొత్తాన్ని నాశనం చేయడానికి మరియు హాజరు కావడానికి వెళ్ళిన దేవుళ్ళందరినీ చంపడానికి పంపాడు.

అది. ఇంత చేసినా ఇంకా శాంతించలేదు రుద్ర. పవిత్ర గొయ్యి నుండి సతీదేవి దేహాన్ని వెలికితీసి సతీదేవిని తన భుజానికి అడ్డంగా ఉంచుతూ తన తాండవ నృత్యం చేయడం ప్రారంభించాడు. తదనంతరం విష్ణువు, ఇతర దేవతల అభ్యర్థన మేరకు, శివుడు ఇలా మొండిగా ప్రవర్తిస్తే భూలోకమంతా పాతాళానికి జారిపోతుందని భయపడి సతీదేవి శరీరాన్ని అనేక ముక్కలుగా నరికాడుఆ చనిపోయిన శిరస్సు పోయినప్పుడు, శివుని కోపం చల్లారింది మరియు అతని అనుమతితో యాగంలో చంపబడిన దేవతలు తిరిగి బ్రతికారు మరియు అసంపూర్ణ యాగం సక్రమంగా పూర్తి చేయబడింది.

సతి, శివునితో అపారమైన అనుబంధం కలిగి, పర్వత రాజు హిమాలయ (హింవంత్) మరియు అతని రాణి మైనా కుమార్తెగా పునర్జన్మ పొందింది. ఈ జన్మలో సతీదేవి పేరు పార్వతి. శివుడు, సతి మరణానంతరం పూర్తిగా సన్యాసిగా మారినప్పటికీ, అతను మళ్ళీ పెళ్లి చేసుకునేందుకు ఆసక్తి లేకపోయినా, పరిస్థితి అభివృద్ధి చెందింది, చివరికి దేవతల సమ్మతి మరియు రూపకల్పనతో మరియు ఉన్నత దర్శనంతో అతను పార్వతిని వివాహం చేసుకోవడానికి అంగీకరించాడు.

5.తారకాసురుని కథ

తార అనే అసురుడు (రాక్షసుడు) ఉండేవాడు. కొంత సమయం తరువాత, అతను తన తండ్రి వలె దృఢ నిశ్చయంతో మరియు శక్తివంతుడైన కొడుకును పొందాడు, అతను దైవిక వరం ద్వారా కొన్ని అదనపు శక్తులను అభివృద్ధి చేస్తే తప్ప అతను తన ప్రత్యర్థులైన దేవతలను ఎప్పటికీ ఓడించలేడని అతనికి తెలుసు. ఈ సంకల్పంతో సృష్టికర్తను ప్రసన్నం చేసుకోవడానికి తీవ్ర తపస్సు చేయాలని నిర్ణయించుకున్నాడు. అందువలన, అతను మధువన అనే పవిత్ర స్థలాలను బాగు చేసాడు మరియు తన లక్ష్యాన్ని సాధించడానికి తన కష్టతరమైన 'తపస్సు' చేయటం ప్రారంభించాడు.

అతను నిరంతరం సూర్యుని వైపు చూస్తూ, తన రెండు చేతులను స్వర్గం వైపుకు పైకెత్తి, బ్రహ్మదేవునికి స్వర్గం వైపు మొగ్గు చూపుతున్నట్లుగా సంవత్సరాల తరబడి నిలబడ్డాడు. అప్పుడు అతను చాలా సంవత్సరాలు ఒక కాలు మీద మరియు తరువాత తన పాదాల కాలి మీద నిలబడి ఉన్నాడు. వంద సంవత్సరాలు గడిచినా బ్రహ్మదేవుడు అతని ముందు కనిపించలేదు. ఆ 100 సంవత్సరాల పాటు తారక కేవలం నీరు మాత్రమే తాగాడు మరియు ఒక్క ముక్క కూడా తినలేదు. తరువాతి 100 సంవత్సరాలు, అతను దానిని కూడా విడిచిపెట్టాడు మరియు గాలిని నిరోధించడంలో మాత్రమే జీవించాడు.

ఆ తర్వాత నీటిలో మరో 100 ఏళ్లు, అత్యంత క్లిష్ట పరిస్థితుల్లో భూమిపై మరో 100 ఏళ్లు, అగ్నిలో కూడా మరో 100 ఏళ్లు తపస్సు చేశాడు. బ్రహ్మ ఇంకా 100 సంవత్సరాలు సంతోషించనప్పుడు రాక్షసుడు తన చేతుల మీద నిలబడి తలకిందులుగా తన 'తపస్సు' చేసాడు. అప్పుడు అతను తన పాదాలను ఒక దృఢమైన కొమ్మకు లాక్కెళ్ళి, మరో 100 సంవత్సరాలకు ఈ విధంగా ఉరి వేసుకున్నాడు. తారక సంకల్పాన్ని చూసి, బ్రహ్మ ఇక రాక్షస ప్రభువు ముందు తన ప్రత్యక్షతను వాయిదా వేయలేకపోయాడు, చివరికి అతను తారక దగ్గర తనను తాను వెల్లడించాడు మరియు ఇలా అన్నాడు: "లేచి, కొడుకు! నేను మీ తపస్సుతో సంతోషిస్తున్నాను. ఏమి వరం చేస్తాను . మీరు నా నుండి కోరుకుంటారు."

"ఓ ప్రభూ!" తారక ఇలా సమాధానమిచ్చాడు, "మీరు నిజంగా నా పట్ల సంతృప్తిగా ఉంటే నాకు రెండు వరాలు ఇవ్వండి. మొదటి వరం ఏమిటంటే, మీరు సృష్టించిన ఎవరూ నా అంత బలవంతులు కాకూడదని. నేను కోరుకునే రెండవ వరం నన్ను మాత్రమే చంపాలి. శివుని కొడుకు!" ఆ సమయంలో శివుడికి భార్య లేదని తారకకు తెలుసు మరియు అతను రెండవసారి వివాహం చేసుకోవడానికి చాలా విముఖంగా ఉన్నాడని, దేవతలపై తన రాక్షస జాతి శాశ్వతమైన పాలనను నిర్ధారించడానికి అతను ఈ వరం కోరాడు. ప్రకృతి నియమానికి కట్టుబడ్డ బ్రహ్మ, అలా ఎవరు చేసినా వరం ఇవ్వాలి. కాబట్టి అతను

ఇలా అన్నాడు: "అలా ఉండు!" మరియు తిరిగి తన రాజ్యానికి బయలుదేరాడు. అతను కోరుకున్న వరాన్ని సాధించినందుకు చాలా సంతోషించిన రాక్షస ప్రభువు తన రాజధాని శోనిత్‌పూర్‌కు తిరిగి వచ్చి దేవతలను ఓడించడానికి సైన్యాన్ని సేకరించడం ప్రారంభించాడు.

అదే సమయంలో, రాక్షస జాతి సభ్యులందరూ, తారక యొక్క అద్భుతమైన విజయాన్ని విన్నప్పుడు, అతనిని మొత్తం రాక్షస జాతికి నాయకుడిగా చేసారు. వరం, అతని లక్ష్యాన్ని సాధించడంలో ఎటువంటి అడ్డంకిని ఎదుర్కొనేందుకు అతని శక్తిని మెరుగుపరిచింది మరియు అతను దేవతలను ఓడించి, వారి రాజధాని నుండి వారిని త్రోసిపుచ్చాడు.

ఆ తర్వాత మూడు లోకాలనూ జయించి దేవతలను స్వర్గం నుండి తరిమి కొట్టాడు. వారి వద్ద ఉన్న ధరల సామాన్లన్నింటినీ లాక్కొని చిత్రహింసలు పెట్టి తన ఉపాధిలో పెట్టుకున్నాడువారిలో తప్పించుకోగలిగిన వారు పూర్తిగా నిరుత్సాహ స్థితిలో బ్రహ్మను చేరుకున్నారు మరియు తారక యొక్క దౌర్జన్యం కారణంగా తాము అనుభవించిన భయాందోళనలను తిరిగి చెప్పారు. "ఓ సృష్టికర్త! దయచేసి మాకు సహాయం చేసి ఈ సమస్యను పరిష్కరించండి. తారక చాలా శక్తిమంతుడు, బహుశా మనం అతనిని ఎప్పటికీ ఓడించలేకపోవచ్చు.

మనం ఎప్పుడైనా మన పాత అద్భుతమైన స్థితికి చేరుకుంటామా మరియు మన కోల్పోయిన స్వర్గాన్ని తిరిగి పొందగలమా?" "సమస్య వెంటనే పరిష్కరించబడదు" అని బ్రహ్మ సమాధానం చెప్పాడు . ఆలోచనాత్మకంగా. "నేను అతనికి ఇచ్చిన వరం ప్రకారం, అతన్ని శివుని కొడుకు మాత్రమే చంపగలడు. కానీ ప్రస్తుతం శివుడికి భార్య లేదు, కొడుకు కూడా లేడు. అతనికి ప్రాయశ్చిత్తం కావాలి, తద్వారా అతను రెండవసారి తన సమ్మతిని ఇచ్చాడు.

వివాహం. అతని భార్యగా సరిపోయే అమ్మాయి ఇప్పటికే జన్మించింది. ఇప్పుడు అతను కైలాష్ వద్ద ధ్యానం చేస్తున్నాడు మరియు పార్వతి అనే అమ్మాయి కూడా శివుడిని తిరిగి తన భర్తగా చేర్చుకోవడానికి తన తపస్సు చేస్తోంది. శివుడు వివాహం చేసుకునేలా చూడడానికి మీరు తప్పక ఏదైనా చేయాలి. ఆమె. అతని హృదయంలో భార్య కోసం కోరికను పుట్టించండి." శివుడు పార్వతిని తన భార్యగా స్వీకరించడానికి ఏమి చేయాలో ఆలోచిస్తూ దేవతలు తమ అజ్ఞాత ప్రదేశానికి తిరిగి వచ్చారు.

6. కామ దేవా, ప్రేమ దేవుడు భస్మం

బ్రహ్మ సలహాను అంగీకరించి దేవతలు ఇంద్రుని వద్దకు వెళ్ళారు, వారి బ్రహ్మ ఇంద్రుడికి సలహా ఇచ్చాడు, వెంటనే కామదేవుడిని (కందర్ప లేదా మదన అని కూడా పిలుస్తారు) పిలిచి చెప్పాడు. "నా మిత్రమా, మీరు మా రక్షణకు రావాలి. మీరు మాత్రమే ఏ శరీర హృదయంలోనైనా భౌతిక కలయిక కోసం వాంఛను పుట్టించగలరు కాబట్టి మీరు మీ ప్రేమను ప్రేరేపించే సామాగ్రితో కైలాసాన్ని ధ్యానిస్తూ నేరుగా శివుని వద్దకు వెళ్లడం తప్ప మార్గం లేదు. అనుభూతిని కలిగించండి. అతనిలో ప్రేమ ఉంది, తద్వారా అతను రెండవ పెళ్లికి తన సమ్మతిని ఇవ్వగలడు.

శివుడు మరియు పార్వతి ఒకరి ప్రేమలో ఒకరు పడేలా చూసుకోండి. మీరు ఇలా చేయాలి లేకపోతే మనం స్వర్గానికి తిరిగి రాలేము!"ఈ ఛాలెంజింగ్ అసైన్‌మెంట్‌ని పొందడం కందర్పాకు కాస్త ఊరటనిచ్చింది. అతను ఇలా అనుకున్నాడు, 'శివుడే మండుతున్న దృశ్యాన్ని కలిగి ఉన్న శక్తివంతమైన ప్రభువు. అతని కోపంలో నేను కాలిపోయినా, నేను దేవతలో నా విలువను నిరూపించుకుంటాను" అని తన భార్య, రతి, అతని స్నేహితురాలు, వసంత మరియు మృదువైన విల్లును తన వెంట తీసుకొని, పుష్పాలతో నిండిన బాణాలను విసురుతూ, అతను కైలాసానికి చేరుకుని, ఒక పొద వెనుక దాక్కున్నాడు

మరియు ప్రేమ దేవుడు కనిపించిన వెంటనేమౌంట్, ఈ ప్రదేశం శాశ్వతమైన స్ప్రియింగ్ యొక్క లక్షణాలను పొందింది. పువ్వులు వికసించాయి, చెట్లు వాటి పచ్చటి ఆనందాన్ని వెదజల్లాయి మరియు పువ్వుల చుట్టూ తేనెటీగలు సందడి చేశాయి. కోకిలలు పాడారు మరియు సువాసనతో కూడిన జెఫిర్‌లు ప్రకృతి కనిపించిన ప్రతిచోటా వీచడం ప్రారంభించాయి, నిర్జీవమైన వస్తువును కూడా కౌగిలించుకోవడానికి మరియు ముద్దుల కోసం ఆరాటపడేలా చేస్తుంది. శివుడు కూడా కొంత పరధ్యానంలో ఉన్నాడు. అతను తన ధ్యానంపై దృష్టి పెట్టడానికి ప్రయత్నించినప్పటికీ, అతను దానిని తక్షణమే పొందలేకపోయాడు.

ఈ సందిగ్ధంలో శివుడు ఒక్క సారి కళ్ళు తెరిచి, పువ్వుల పొద వెనుక దాక్కున్న కామ తన విల్లుతో పూల బాణంతో శివుని గుండె ప్రాంతాన్ని తాకినట్లు చూశాడు 'కాబట్టి ఈ అంతరాయం మరియు అసాధారణ ఆగమనం వెనవసంత రుతువు!' ఆ విధంగా కోపంతో, శివుడు తన నుదిటి మధ్యలో ఉన్న తన మూడవ కన్ను తెరిచాడు.

ఆ కన్ను నుండి మిరుమిట్లు గొలిపే ఒక బలమైన బీమ్ ఉద్భవించింది, అది కామాన్ని తక్షణమే భస్మం చేసింది. వెంటనే కామ భార్య రతి సహాయం కోసం కేకలు వేసింది. ప్రార్థనతో నిండిన ఆమె స్వరం విని, శివ ఇలా అన్నాడు: "మీ భర్త నా పరిస్థితికి భంగం కలిగించడానికి ప్రయత్నించినందున, నేను అతనిని

కాల్చివేసాను. కానీ మీ ప్రార్ధనతో నేను అతనికి ఈ వరం ఇచ్చాను, అతని శరీరం కాలిపోయినప్పటికీ, అతను చనిపోలేదు మరియు ఉండవచ్చు. ప్రేమ భావనతో జీవించండి. ద్వాపరయుగంలో కృష్ణుడికి ప్రద్యుమ్నుడు అనే కుమారుడు జన్మించినప్పుడు కామ అతని శరీరాన్ని తిరిగి పొందుతాడు. ఇప్పుడు మీరు మీ భర్త ఆత్మ (ఆత్మ)తో తిరిగి వచ్చి నన్ను ధ్యానం చేయనివ్వండి." కానీ భౌతికంగా దహనం చేయబడినప్పటికీ. కామా తన పని చేసాడు. ఇప్పుడు ప్రేమ దోషం బారిన పడిన శివుడు తన మానసిక దృష్టిలో పార్వతి తప్ప మరెవరో కాదు ఒక అందమైన అమ్మాయిని చూడటం ప్రారంభించాడు.

7.పార్వతి జన్మ పురాణం

పార్వతి అసతి యొక్క పునర్జన్మ అని ముందే సూచించబడింది. సతీదేవి తన తండ్రి యాగంలో పవిత్ర అగ్నిలో అగ్నికి ఆహుతి అయింది. అయితే అంతకుముందే శివ ఆమెను తన భార్య అని మానసికంగా తిరస్కరించాడు. వివరణాత్మక కథనం క్రింది విధంగా ఉంది.త్రేతా యుగంలో, ఒకసారి శివుడు మరియు సతి అగస్త్య మహర్షి ఆశ్రమానికి వెళ్ళారు, అక్కడ రాముడు చేసిన కథను పఠించారు. వారు నిశ్శబ్దంగా కూర్చుని, ఇతర శ్రోతలతో కలిసి ఆ అత్యంత శోషించే కథను విన్నారు.

అగస్త్య మహర్షి తన కళ్లముందు రాముడు, సీత, లక్ష్మణుడు మరియు ఇతర వ్యక్తులను దృశ్యమానంగా చూస్తున్నట్లుగా సతీదేవి భావించే విధంగా అద్భుతంగా కథను చెప్పాడు. కొంత సేపటికి పారాయణం ముగించుకుని దంపతులు కైలాసానికి బయలుదేరారు. కానీ శివుడు ఆ మంత్రముగ్ధులను చేసే కథలో ఇంకా తప్పిపోయినట్లు కనిపించాడు. అతని దృష్టి మరల్చడానికి సతి కొన్ని ప్రశ్నలు అడగడానికి ప్రయత్నించినప్పటికీ, అతను చాలా వరకు నిరమరియు సంభాషించకుండానే ఉన్నాడు.

అకస్మాత్తుగా సతీదేవి తన ప్రభువు శివుడిని చూసింది, ఇద్దరు సన్యాసి లాంటి వ్యక్తులు వారికి దూరంగా వెళుతుండగా, "అత్యున్నత ప్రభువు శంకర్ నుండి ఇంత గౌరవప్రదమైన శుభాకాంక్షలను ఆజ్ఞాపించడానికి వారు ఎవరు?" సతీదేవి ఆశ్చర్యంగా "వారు రాముడు మరియు లక్ష్మణుడు కాగలరా?" అప్పటికి విష్ణువు రామావతారం మాత్రమే జరిగిందని, సీత కూడా అపహరించబడిందని ఆమెకు తెలుసు.

"మరియు వారిలో ఒకరు రాముడు విష్ణువు అవతారమైనప్పటికీ, నా ప్రభువు కూడా విష్ణువు వలె పూజ్యుడు. అలాంటప్పుడు ఈ అదనపు గౌరవప్రదమైన నమస్కారం ఎందుకు?" సతి మనసును ఈ త్రోవలు కలవరపరుస్తూనే ఉన్నాయి. చివరికి, ఆమెకు ఎటువంటి తార్కిక సమాధానం దొరకనప్పుడు, ఆమె తన ప్రభువు అయిన శంకర్‌ని ఇలా అడిగాడు: "ప్రభూ! మర్త్య రాజు కొడుకును ఎందుకు అంత గౌరవించాలి? శివుడు ఆమెను సరిదిద్దాడు. "లేదు, అతను మర్త్య రాజు కొడుకు మాత్రమే కాదు. నేను ఎంచుకున్న దేవుడు విష్ణువు అవతారం!".

"అది నాకు తెలుసు," అని సతి చెప్పింది, "అప్పటికీ అది నా ప్రశ్నను సంతృప్తి పరచలేదు, అతను పరమ విష్ణువు అయితే, అతను చేస్తున్నది మర్త్య నాటకమని అతనికి తెలుసు, ఎందుకంటే అతను కోల్పోయిన భార్యను తిరిగి గెలుస్తాడని అతనికి తెలుసు. అతనికి అన్నీ తెలిసినప్పుడు, అన్నిటికీ ప్రారంభం మరియు ముగింపు. అతను ఎందుకు చాలా దుఃఖం నటించాలి మరియు అనవసరంగా తన అంకితభావంతో ఉన్న తన సోదరుడు లక్ష్మణ్‌ను కూడా విచారిస్తాడు. వాస్తవానికి ఈ వైరుధ్యాలన్నీ అతని వాస్తవికతపై కొంత సందేహాన్ని కలిగిస్తాయి."

దానికి శివుడు కాస్త సీరియస్ అయ్యి, "నేను నీకు చెప్పాను, అతను మర్త్య రూపంలో ఉన్న విష్ణువు. నీకు ఏమైనా సందేహం ఉంటే, నీ కుతూహలాన్ని తీర్చుకోవడానికి అతన్ని పరీక్షించు. ఇంతలో, నేను

ఈ మర్రి చెట్టు క్రింద వేచి ఉంటాను. మీరు ఎప్పుడు తిరిగి, నువ్వు నన్ను ఇక్కడ మాత్రమే కనుగొంటావు." అలా చెబుతున్నా. శివుడు మౌనం వహించాడు, ఇప్పుడు సతీ పరిస్థితి ఏర్పడింది. ఆమె కలిగి ఉందిఆమె ప్రభువు స్వరంలో అస్పష్టతను గుర్తించింది. అతను ఆమెకు కోపంగా కనిపించాడు. ఇప్పుడు తనకేమీ సందేహం లేదంటూ ఆమె తన వద్దకు తిరిగి వెళితే, ఆమె పచ్చి అబద్ధం చెబుతోందని అతడు గ్రహించడం ఖాయం.

అప్పుడు ఆమె తన మనస్సులో ఇలా తర్కించుకుంది: "రాముడు కేవలం మర్త్య రాజు కుమారుడా లేదా విష్ణువు యొక్క అవతారమైనా నేను పరీక్షించడం వల్ల ఎటువంటి హాని లేదని నేను భావిస్తున్నాను. ఒకవేళ అతను నా ప్రభువు ఎంపిక చేసుకున్న దేవుడు మరియు సర్వోన్నత ప్రభువు అయితే, ఖచ్చితంగా అతని ' దర్శనం వల్ల నాకు ఎలాంటి హాని జరగదు, దానికి విరుద్ధంగా, భగవంతుడిని చూసినప్పుడు నేను మరింత ధన్యుడిని అవుతాను, మరియు అతను విష్ణువు యొక్క మర్త్య రూపం కానట్లయితే మరియు మర్త్య రాజు యొక్క కొడుకు మాత్రమే అయితే, నేను నా స్వరూపాన్ని నిరూపించుకుంటాను. ఈ పరీక్ష ద్వారా నా ప్రభువు అతనిపై నా విశ్వాసాన్ని కూడా పరీక్షించాలనుకుంటున్నాడు. నేను ముందుకి వెళ్లి పరీక్ష చేయించుకోవాలి."

ఈ ఆలోచన మరియు సంకల్పంతో ఆమె మనస్సులో అగ్రస్థానంలో ఉంది, ఆమె ఇద్దరు సోదరులు లోపలికి వెళుతున్నట్లు చూసిన దిశలో ముందుకు సాగింది. కానీ వాస్తవికతను గుర్తించడానికి పరీక్షను నిర్వహించడానికి ఆమె ఎటువంటి ప్రణాళికను రూపొందించలేదని కూడా ఆమె గ్రహించింది. అప్పుడు ఆమె ఒక తెలివైన ఈడాపై కొట్టింది. "అతను తన భార్యను విడిచిపెట్టడం వల్ల అతను చాలా పిచ్చివాడయ్యాడు, అతను తన భార్యను చూశారా అని లతలు, చెట్లు మరియు పర్వతాల నుండి కూడా విచక్షణారహితంగా ఆరా తీస్తున్నాడు. కాబట్టి రాముడిని పరీక్షించడానికి ఉత్తమ మార్గం సీత వేషంలో అతని ముందు చేరడం. అతను మృత్యువు అయితే ఆ ఉచ్చులో పడిపోతాడు.

అయితే ఆయన నిజంగా దైవాంశ సంభూతుడైతే, నా వేషధారణ ద్వారా చూసి వాస్తవాన్ని తెలుసుకునేవాడు.అప్పుడు ఆమె సీత వేషం ధరించింది, ఆమె ఇటీవలే తాను విన్న అగస్త్య మహర్షి వర్ణన ద్వారా తన అందం వివరాలను గుర్తుచేసుకుంది. కాబట్టి చాలా ఓపికతో ఆమె సీత రూపాన్ని స్వీకరించింది మరియు ఇద్దరు తిరుగుతున్న సోదరుల ముందు అకస్మాత్తుగా చేరుకున్నారు. తనకంటే ముందు 'సీత'ని చూసిలక్ష్మణుడుఆశ్చర్యపోయాడు.

అపనమ్మకంతో నవ్వుతున్న అన్నయ్య వైపు చూశాడు. వెంటనే రాముడు ఆమెకు శిరస్సు వంచి ఆమెను ఇలా అడిగాడు: "ఓ మహా దేవత! నువ్వు ఒంటరిగా ఈ అడవిలో ఎందుకు తిరుగుతున్నావు? నా ఎంపిక చేసిన దేవుడు శంకర్ ఎక్కడ ఉన్నాడు?" రాముడు శంకర్ పేరును ఉచ్చరించడంతో ఆమె మనస్సులోని సందేహాలన్నీ తక్షణమే తొలగిపోయాయి మరియు రాముడు ఒక ప్రఖ్యాత మర్త్య వంశానికి చెందిన కుమారుడే కాదు, ఆశీర్వదించిన శ్రీమహావిష్ణువు యొక్క అవతారమని ఆమెకు

ఇప్పుడు నమ్మకం కలిగింది. రాముడి ప్రశ్నకు సమాధానం చెప్పకుండా- 'ప్రభువుకు ప్రతి రహస్యం తెలుసు' – ఆమె తన స్వామి తన కోసం వేచి ఉన్న ఆ మర్రివయస్సు వద్దకు తిరిగి పరుగెత్తింది.ఇంతలో, శివుడు తన దైవిక శక్తుల ద్వారా రాముని ముందు సతీదేవి చేసినదంతా చూశాడు, అతను సీతను దాదాపు తన తల్లిలా చూసుకున్నాడు కాబట్టి, అతను సతీదేవిని తన భార్యగా విడిచిపెట్టాలని నిర్ణయించుకున్నాడు, ఎందుకంటే అతను తనకు తల్లి వంటి వారిని అంగీకరించలేడు. అతని భార్య.

కానీ సతీ తిరిగి వచ్చినప్పుడు ఆమె పరీక్ష ఎలా నిర్వహించిందని శివుడు అడిగాడు. అతను ఇంతకు ముందు చెప్పినవన్నీ నిజమని ఆమె నమ్మినందున చివరికి పరీక్ష అవసరం లేదని చెప్పడం ద్వారా ఆమె ప్రశ్న నుండి తప్పించుకోవడానికి ప్రయత్నించింది. కానీ శివుడికి వాస్తవం తెలుసు, ఇంకా మౌనంగా ఉంది, అయినప్పటికీ, సతి కూడా తన ప్రవర్తనలో కొంత మార్పును గుర్తించింది. చాలా కఠోరమైన విషయం ఏమిటంటే, ఆమె తిరిగి వచ్చినప్పుడు, శివ్ ఆమెను తన భర్తకు ఎడమ వైపున తన సాంప్రదాయిక స్థానంలో కాకుండా తన ముందు కూర్చోమని కోరాడు.

శివుని ప్రవర్తనలో ఇది మరియు ఇతర తదుపరి గుర్తించదగిన మార్పులు సతీకి స్పష్టమైన సందేశాన్ని అందించాయి, శివుడు ఆమెను తన భార్యగా భావించలేదు. శివుని ఈ నిర్ణయానికి సతీదేవి చాలా బాధపడింది. తన రూపాన్ని తాత్కాలికంగా మార్చడం మాత్రమే తన శాశ్వత స్థానాన్ని ఎందుకు కోల్పోతుందని ఆమె తరచుగా ఆలోచిస్తుంది. అయితే శివ నిర్ణయమే అంతిమమైనది మరియు దృఢమైనది. అప్పటి నుండి తన భర్త సంతతి అయినప్పటికీ, సతి తన భర్తతో కలిసి ఉండటానికి మరియు వారి సంబంధంలో ఎటువంటి మార్పు రాకపోవడంతో బయటి ప్రపంచానికి నటిస్తూ వేదనను అనుభవించవలసి వచ్చింది.

ఇది ఆమెకు చాలా బాధాకరమైన జీవితం మరియు మానసికంగా ఆమె ఈ మానసిక హింస నుండి తప్పించుకోవడానికి తనకు ఒక అవకాశం ఇవ్వమని సర్వశక్తిమంతుడిని ప్రార్థించడం ప్రారంభించింది. ఆమె తండ్రి ప్రపంచానికి మూలపురుషుడు అయినందుకు జరుపుకోవడానికి ఒక భారీ యాగం నిర్వహించడం ద్వారా ఆ అవకాశం లభించింది. అక్కడకు ఆమె ఆహ్వానం లేకుండా చేరుకుంది మరియు తన భర్త తన తండ్రిచే అవమానించబడటం చూసి, పవిత్ర అగ్నిగుండంలో దూకి తన జీవితాన్ని ముగించుకుంది. అప్పుడే రాక్షస ప్రభువు తారకుడు శివుని రెండవ వివాహానికి రూపకల్పన చేసిన దేవతలను ఇబ్బంది పెట్టడం ప్రారంభించాడు, తద్వారా బ్రహ్మ ఆదేశించినట్లుగా భగవంతుడు (శివుడు) తారక సంహారకుడిని ఉత్పత్తి చేయగలడు.

శివుడిని రెండో పెళ్లికి సిద్ధం చేసే ప్రయత్నంలో కామా తన శరీరాన్ని త్యాగం చేయాల్సి వచ్చింది. కామ లేదా కందర్ప భార్య రతి. అది చూసింది రతి భర్త బూడిద అయిపోయాడు, ఆమె దుఃఖానికి అవధులు లేవు. చివరిగా. ఆమె స్పృహ కోల్పోయింది. కోలుకున్నాక విలపించింది. "నేను ఎవరు. ఇప్పుడు నాకు

ఏమి జరగబోతోంది? నా భర్త, నా ప్రేమ- మీరు ఎక్కడ ఉన్నారు?" రతి పరిస్థితి చూసి దేవతలు జాలిపడ్డారు. వారు ఆమెను శివుని వద్దకు తీసుకెళ్లారు. జరిగినదంతా తెలుసుకుని ఇలా అన్నాడు: "సరే, అనుకున్నది జరిగింది. కందర్ప గురించి ఇప్పుడు ఏమీ చేయలేము. కానీ అతను చివరికి కృష్ణుని కొడుకు ప్రద్యుమ్నుడిలో ద్వారికా నగరంలో పుడతాడు. అప్పుడు రతీ మాత్రమే ఐక్యమవుతుంది. కానీ అలాంటి సమయం వరకు, ఆమె వేచి ఉండనివ్వండి.

దేవతలు రతితో తిరిగి వచ్చినప్పటికీ, వారు చాలా అందంగా ఉన్నారు నిరుత్సాహపరుడు. రెండవ పెళ్లికి శివుని సమ్మతిని పొందే బదులు, వారు తమ ప్రియమైన సహోద్యోగులలో ఒకరి శరీరాన్ని కోల్పోయారుఈ సమయంలో, పార్వతి బిశివ్ వైపు లాగడం కొనసాగించింది. ఆమె అతని గురించి ఎంత ఎక్కువగా వింటే అంతగా ఇష్టపడింది. తాను శివుడిని మాత్రమే భర్తగా పొందాలని నారద మహర్షి ఊహించినట్లు ఆమె తన పనిమనిషి నుండి కూడా తెలుసుకుంది. అది ఎలా జరిగిందో దిగువన వివరాలు ఇవ్వబడ్డాయి. సతి మరణం తరువాత, ఆమె హిమాలయ రాజు హిమవంత్ మరియు అతని భార్య మైనా కుమార్తెగా పునర్జన్మ పొందింది.

ప్రొవిడెన్స్ ప్రపంచం ప్రకారం, పార్వతి లేదా ఉమా జన్మించిన కొన్ని రోజుల తరువాత, దివ్యమైన నారదుడు వారి రాజ్యాన్ని సందర్శించడం జరిగింది. అతనిని గౌరవపూర్వకంగా స్వాగతించిన తర్వాత రాజు ముకుళిత హస్తాలతో ఇలా అన్నాడు: "ఓ దివ్య ఋషి! మీకు విశ్వంలోని ప్రతి భాగానికి ప్రవేశం ఉంది మరియు ప్రతి ఒక్కరి గతం, వర్తమానం మరియు భవిష్యత్తు గురించి మీకు తెలుసు. దయచేసి నా కూతురి భవిష్యత్తు గురించి చెప్పేంత దయ చూపగలరా.

"దివ్య ఋషి అప్పుడు ఆ చిన్నారి కుమార్తె జాతకాన్ని మరియు అరచేతిని చూసి ఇలా అన్నాడు: "ఓ దయ! మీ కుమార్తె చాలా ధన్యమైన అస్తిత్వం. ఆమె వారి దాంపత్యానికి సంబంధించినంతవరకు ప్రపంచంలోని మహిళలందరికీ మోడల్ అవుతుంది. ఆమె ఆనందించండి . శాశ్వతమైన. ఆశీర్వాద వివాహ జీవితం.

8. పార్వతి మహా తపస్సు

ఆమె భర్త ప్రఖ్యాతిగాంచిన మరియు అత్యంత పూజ్యమైన వ్యక్తి. కానీ, "ముని కొన్ని సెకన్లపాటు ఆగాడు, ఇది అమ్మాయి తల్లిదండ్రులను చాలా ఆందోళనకు గురిచేసింది. రాజు తొందరపడి ఇలా అడిగాడు: "అయితే, ఏమిటి-? ఋషి?" "ఆమె ఎవరో ఒకరిని తన భర్తగా కలిగి ఉండాలి. నిరాశ్రయులైన, తక్కువ దుస్తులు ధరించి, అన్ని రకాల మాదకద్రవ్యాలను ఇష్టపడతారు మరియు అతని ఆభరణాలు పాములు మరియు అతని శరీరం ధరించేది చనిపోయిన మృతదేహాల బూడిదతో." ఇది విన్న మైనా, ఆ అమ్మాయి మాత చాలా కంగారుపడింది. మొదటి భాగాన్ని చాలా ఆనందంతో విని రాజు కూడా క్రెస్ట్ పడిపోయాడు .

అంచనా యొక్క. అతను మళ్ళీ ఇలా అడిగాడు: "ఋషి! మీరు ఏమి చెప్తున్నారు? ఋషి ఇలా సమాధానమిచ్చాడు: "చింతించకండి రాజా! నేను వర్ణించిన ఈ గుణాలన్నీ పరమేశ్వరుడైన శంకర్‌కి మాత్రమే సరిపోతాయి! కాబట్టి తర్కం ప్రకారం, ఆమె భర్త మరెవరో కాదు, శంకర భగవానుడే అవుతాడు!" దివ్య ఋషి వివరణ రాజును శాంతింపజేసినప్పటికీ, మైనా ఇంకా శాంతించలేదు. రాజు ఆమెకు వివరించినప్పుడు మాత్రమే వారు చాలా అదృష్టవంతులని లార్డ్ శంకర్‌ని అల్లుడుగా పొందండి, రాజ వంశస్థురాలు కొంత సాధారణమైనది, పార్వతి ఈ అంచనా గురించి విన్నప్పుడు ఆమె తన పక్కనే ఉంది ఆనందంతో.

ఆమె స్పృహలోకి వచ్చిన రోజు నుండి ఆమె మనసులో ఉంది .శంకర్ లార్డ్ ఫిక్స్ , ఒకరోజు నారద మహర్షి మరల వచ్చి ఆమెతో ఇలా అన్నాడు, "శివుడు అంకితమైన తపస్సుతో మాత్రమే సంతోషిస్తాడు. నిజానికి గాఢమైన ఏకాగ్రత లేకుండా బ్రహ్మ మరియు ఇతర దేవతలు కూడా శివుని 'దర్శనం' నుండి కోల్పోతారు. కాబట్టి, మీకు శివుడు కావాలంటే మీరు "తపస్సు చేయాలి. 'పార్వతి నారదుడు తనకు సలహా ఇచ్చినట్లే చేయాలని నిర్ణయించుకుంది. తల్లిదండ్రుల అనుమతి కోరింది. ఆమె తండ్రి ధీమాతో అంగీకరించాడు. పార్వతికి అంత కష్టమైన తపస్సు చేయాలని ఆమె తల్లి మైనా అస్సలు ఇష్టపడనప్పటికీ, ఆమె కూడా చివరికి అంగీకరించింది. తన రాజ బట్టలు మరియు ఆభరణాలను తొలగించి, ఆమె వెంటనే జింక చర్మాన్ని ధరించింది.

అప్పుడు ఆమె హిమాలయాల్లోని శిఖరానికి తిరిగి వచ్చింది. అక్కడికి చేరుకుని ఆమె తన ధ్యానాన్ని ప్రారంభించింది మరియు దానిని మరింత కష్టతరం చేసింది. మొదట ఆమె ఆహారం, తరువాత నీరు వదిలి, ఆపై గాలిని నిరోధించడంలో మాత్రమే సేవ చేయడం ప్రారంభించింది. ఆమె చాలా బలహీనంగా కనిపించింది, ఆమె అపర్ణ అనే పేరును సంపాదించుకుంది, దీని అర్థం ఆకు లేని చెట్టు. వర్షాల సమయంలో, ఆమె నిరంతరం కురుస్తున్న వర్షంతో నేలపై ధ్యానం చేసింది మరియు శీతాకాలంలో ఆమె నీటి కింద కూడా ధ్యానం చేయడం ప్రారంభించింది. అక్కడ కొన్ని క్రూరమృగాలు కూడా అందుబాటులో

ఉండటంతో ఆ ప్రదేశం ఒంటరిగా ఉన్నప్పటికీ, ఆమె నిర్భయంగా ఉండిపోయింది. మృగాలు కూడా ఆమెకు హాని తలపెట్టలేదు. ఆమె ఏకాగ్రత మరియు అంకితభావం చాలా బలంగా ఉన్నాయి, దేవతలు మరియు ఋషులందరూ సాక్ష్యమివ్వడానికి అక్కడ సమావేశమయ్యారు కేవలం ఒక అమ్మాయి చేసిన ఈ అపూర్వమైన 'తపస్య'. పరమశివుడే తన భర్తగా ఉండాలనే ఆ అమ్మాయి దృఢ సంకల్పాన్ని చూసి దేవతలు, ఋషులు కూడా శివుడిని ప్రార్థించడం ప్రారంభించారు. "ఓ ప్రభూ!

1. ఇప్పుడు గౌరీ శిఖర్ అని పిలుస్తారు; గౌరి (పార్వతి) అక్కడ తపస్సు చేసినందున ఈ శిఖరానికి పేరు వచ్చింది. పార్వతి చాలా కష్టమైన తపస్సు చేస్తోంది. ఎవరూ ధ్యానం చేయలేదు ఇంతకు ముందు ఇలాంటి అంకితభావంతో. దయచేసి ఆమెకు ఏది కావాలంటే అది.

మంజూరు చేయండి." అప్పుడు శివుడు తెలివైన ఋషుల బృందాన్ని ఎంపిక చేసి వారిని కోరాడు . అతనిపై ఆమెకున్న విశ్వాసాన్ని పరీక్షించడానికి ఆమె దృఢ నిశ్చయం నుండి ఆమెను నిరోధించండి." ఋషులు వృద్ధ బ్రాహ్మణుల రూపాన్ని స్వీకరించి ప్రత్యక్షమయ్యారు పార్వతి ముందు. "ఓ అమ్మాయీ! నీ కోసం ఇంత అంకితభావంతో ప్రదర్శిస్తున్నావుధ్యానం.

మీ నొగసైన మరియు తేలికైన మీ శరీరాన్ని తీవ్రంగా హింసించి మీరు ఏమి సాధించాలనుకుంటున్నారు?" పార్వతి వారిని సముచితంగా స్వాగతించి, వారికి ఉత్తమమైన ఫలాలను అందించింది. అప్పుడు ఆమె హాయిగా ఇలా చెప్పింది: "ఓ భూలోక ప్రభువులారా! నాకు శివుడే కావాలి నా భర్త!" "నువ్వు నిజంగా తెలివితక్కువవాడివి," వారు తమ స్వరంలో అస్పష్టతతో అన్నారు "అమృతం తాగడానికి అవకాశం లేకుండా వైన్ కోసం ప్రార్థించేంత పిచ్చి లేదా చందనంపై మట్టిని అడిగేంత పిచ్చి ఉంది.

ఎవరైనా బావి నీటిని నిరోధించడానికి వెళ్తారా? ఎవరైనా తన ముందు గంగా ప్రవహిస్తున్నట్లయితే, అన్ని రకాల మాదకద్రవ్యాలకు బానిసైన మరియు దెయ్యాలు మరియు గోబ్లిన్‌ల అడవి సమూహంలో చిందరవందరగా మరియు మురికిగా తిరుగుతున్న నిరాశ్రయుడైన సన్యాసి అయిన శివుడిని మీరు ఎందుకు ఎంచుకోవాలి? బదులుగా దేవుళ్ళలో ఒకరిని వివాహం చేసుకోండి. ఇంద్రుడు మరియు విష్ణువు ఏ అమ్మాయికైనా ఆదర్శం.శివుని ఎంపిక కాదు.శివుని శ్మశాన వాటికల బూడిదతో తన శరీరాన్ని అద్ది, నీలిరంగులోకి మారిన అతని గొంతులో విషం ఉంది.ప్రార్థించి నువ్వు పెద్ద తప్పు చేస్తున్నావని మేమంతా అనుకుంటున్నాం.

అతడ్ని నీ భర్తగా పొందడం కోసం.శివుడ్ని మరచిపో లేకుంటే నీ జీవితమంతా వృధా అవుతుంది.నీలాంటి అమ్మాయి విష్ణువు లాంటి అందమైన దేవుడికి చాలా అర్హురాలు.నిన్ను పెళ్లికూతురుగా అంగీకరించమని మేము అతనిని అడగాలనుకుంటున్నాము." బ్రాహ్మణుల మాటలు పార్వతికి చాలా కోపం తెప్పించాయి, ఆమె తన కోపాన్ని దాచుకోలేక అస్పష్టంగా చెప్పింది: "బహుశా

మీరు నా మాటను పట్టించుకోకపోవచ్చు, కానీ వాస్తవం ఏమిటంటే అలాంటి వ్యక్తులు మీరు తెలివితక్కువవారు." ఆమె ఇలా కొనసాగించింది: "మీరు కనిపించినప్పటికీ, మీరు మీ అజ్ఞానానికి ద్రోహం చేసినందుకు నేను ఆశ్చర్యపోతున్నాను. శివుని గురించి మీకు ఏమీ తెలియదు. అతను విశ్వంలోని అన్ని జీవులకు ప్రభువు.

బాధలో ఉన్నవారిని మరియు బాధలను చూసుకునే ఏకైక వ్యక్తి. ఈ ప్రపంచాన్ని పవిత్రంగా ఉంచడం కోసం, అతను విషాన్ని తాగాడు, శోభాయమానమైన సంపదతో కాదు, భావ స్వచ్ఛతతో గెలిచిన ఏకైక ప్రభువు, మీరు శివుడిని అవమానించడమే కాదు, అలాంటి వాణ్ణి చేసి పాపం చేశారు. అతని గురించి అసభ్యకరమైన మాటలు, నేను అలాంటి వాటిని స్వాగతించడం ఎంత మూర్ఖుడిని సిల్లీ ఫెలోస్ యొక్క సమూహం. ఇప్పుడు, మీరు చెడుగా ఏదైనా చెప్పే ముందు అతను, నన్ను వెళ్ళడానికి అనుమతించు. శివుని అపవాదులను నేను సహించలేను.

మీరు నా ఎంపిక చేసుకున్న స్వామిని గురించి ఏదైనా తప్పుగా మాట్లాడేలోపు నేను తప్పుకోవాలి." పార్వతి వెళ్ళిపోబోతుంటే, బ్రాహ్మణులు నవ్వి, "వెళ్ళిపోకు. ఓ నిశ్చయించుకున్న అమ్మాయి! మీరు ఎంచుకున్న ప్రభువుపై మీ విశ్వాసాన్ని పరీక్షించడానికి మాత్రమే మేము ఇక్కడకు వచ్చాము, ఆయన బిడ్డింగ్ ప్రకారం మాత్రమే. ఇప్పుడు మేము నిన్ను ఆశీర్వదిస్తున్నాము మీరు అతనిని మీ భర్తగా మాత్రమే కలిగి ఉండాలి.

"అని చెప్పి బ్రాహ్మణులు వెళ్లి శివునికి పార్వతి గురించి చెప్పారు. పార్వతికి తన పట్ల ఉన్న గాఢమైన ప్రేమ గురించి తెలుసుకున్న శివుడు సంతోషించాడు. చివరకు పార్వతితో వివాహానికి సమ్మతించాడు. దేవతలు చాలా సంతోషించారు మరియు వారు ఆ గొప్ప వివాహానికి సన్నాహాలు ప్రారంభించారు. ఇప్పుడు వారు శివుని కుమారుడు తారక రాక్షసుడిని చంపాలనే తమ ఆశయాన్ని గ్రహించడంలో మొదటి అడ్డంకిని అధిగమించారు.

9. పార్వతితో శివుని వివాహం

శివ ఏడుగురు గొప్ప ఋషులను (సప్తఋుషులు) పిలిచి, పార్వతి తండ్రి వద్దకు అధికారిక మార్గంలో ప్రతిపాదనతో వెళ్ళమని కోరాడు. రాజు హిమవంత్ ఈ ప్రతిపాదనను స్వీకరించడానికి సంతోషించాడు మరియు నారదుడి అంచనా నిజమవుతున్నందుకు దైవిక మహర్షిని చూసి మరింత సంతోషించాడు. విశ్వానికి ప్రభువును కొడుకుగా కలిగి ఉండటం అతని టోపీకి పెద్ద ఈక. అతను వెంటనే అంగీకరించాడు మరియు తన కుమార్తె వివాహానికి తగిన రోజును కనుగొనమని తన జ్యోతిష్కులను సంప్రదించాడు. చివరికి ఎంచుకున్న రోజు 'త్రయోదశి' లేదా ఫాల్గుణ మాసంలోని క్షీణిస్తున్న చంద్రుడు (చీకటి) పక్షం యొక్క పదమూడవ రోజు. (ఫిబ్రవరి మధ్య నుండి మార్చి మధ్య వరకు) కాసేపట్లో పెళ్లి రోజు రానే వచ్చింది.

గంధర్వులు (దైవిక గాయకులు) పాడారు మరియు అప్సరసలు (దైవిక నృత్యకారులు) నృత్యం చేశారు, ఇది మొత్తం ప్రకృతిని సంతోషపరిచింది మరియు ఆనందపరుస్తుంది. దేవతలందరూ తమ వాహనాలపై శివుని వివాహ ఊరేగింపులో వెంబడించేందుకు కైలాసానికి చేరుకున్నారు. ఇది చాలా వైవిధ్యమైన సభ్యులను కలిగి ఉన్న అత్యంత అసాధారణమైన వివాహ పార్టీ. ఒకవైపు దివ్యవస్త్రాలు, ఆభరణాలు ధరించి మెరిసిపోతుంటే, మరోవైపు అత్యంత భయంకరమైన దయ్యాలు, గోబ్లిన్‌లు, మృగాలు, రాక్షసులు తమ జింక చర్మాన్ని ధరించి, పాములు, బూడిదతో అలంకరించబడిన అద్వితీయ వరుడి వెనుక నడిచారు.

రాజు హిమవంత్ కూడా 'బరాట' (వివాహం-పార్టీ)కి స్వాగతం పలికేందుకు సిద్ధమయ్యాడు. అతను తన రాజభవనం ముందు అనేక ద్వారాలు నిర్మించాడు మరియు వాటిపై చిన్న జెండాలు ఉంచాడు. ఆ వంపు మరియు జెండాలతో ఉన్న ద్వారాలు ఆ సమయంలో ఎంత అందంగా కనిపించాయంటే, వెయ్యి ముగ్గుల సర్పమైన శేష్ లేదా వాక్ దేవత శారద కూడా వారి గొప్పతనాన్ని మరియు సౌమ్యతను వర్ణించలేకపోయింది. ప్రతి జాతికి చెందిన జీవులతో కూడిన భారీ ఊరేగింపు రాజభవనం దగ్గరికి చేరుకోగానే, పార్వతి తల్లి మైనా అక్కడికి బయలుదేరింది.వరుడికి అధికారిక స్వాగతం. తన కూతురు ఎంత కష్టపడి తపస్సు చేసిందో ఆ వరుడు అత్యద్భుతమైన అందగత్తె అయిన వ్యక్తి అయి ఉండాలని ఆమె ఆలోచిస్తోంది. కానీ ఆమె అనేక ఆశ్చర్యాలకు లోనైంది.

ఆమె చూసిన మొదటి వ్యక్తి నమ్మకం . గంధర్వులు అతను చాలా అందంగా ఉన్నాడు మరియు మొదట మైనా ఇది శివుడని చెప్పాడు. అయితే ఇది శివను అలరించిన గాయని మాత్రమే అని చెప్పినప్పుడు, శివ మరింత అందంగా ఉంటాడని ఆమె భావించింది. అప్పుడు ఆమె కళ్ళు ఒక అందమైన కుబేరునిపై పడ్డాయి, అన్ని దైవిక సంపదలకు సంరక్షకుడు, కానీ అతను శివుడు కాదని ఆమెకు చెప్పబడింది. ఈ

విధంగా ఆమె కళ్ళు క్రమక్రమంగా అందమైన యమ, వరుణ, సూర్య, చంద్రులను వెతుకుతూనే ఉన్నాయి కానీ ప్రతిసారీ నారదుడు ఆమెతో చెప్పేవారు, వారిలో ఎవరూ శివుడే కాదు, ఆమె కొడుకు-అల్లుడు సేవకులు. అయినప్పటికీ, మైనా తనతో పాటు ఈ 'సేవకుల' వైపు చూస్తోంది, కేవలం పరిచారకులు చాలా అందంగా ఉంటే, వారి యజమాని ఎంత అందంగా ఉంటాడు. మళ్ళీ, ఆమె బ్రహ్మ, విష్ణువు మరియు బ్రహస్పతిని తప్పుగా భావించింది, కాని వారిద్దరూ శివుడే కాదని నారదుడు ఆమెకు చెప్పాడు. ఇప్పుడు మైనా ఉత్సుకతకి అవధులు లేవు.

అంతెందుకు వరుడు ఎక్కడున్నాడు శివా' అని ఆశ్చర్యపోయింది. చివరగా శివుడు వచ్చి నారదుడు మైనాను చూపాడు. కానీ ఆమె తన సంభావ్య కొడుకు-ఇన్-లోను చూసినప్పుడు, ఆమె ఊహించినది మరియు వాస్తవానికి ఆమె ఏమి చూసింది అనే షాక్‌లో ఆమె స్పృహతప్పి పడిపోయింది. వరుడు, శివ, అన్ని వైపులా దయ్యాలు చుట్టుముట్టాయి. వారి ముఖాలు భయంకరంగా ఉన్నాయి, వారి ఛాయలు చీకటిగా మరియు వింతగా ఉన్నాయి మరియు వారు స్పష్టంగా చాలా దుర్మార్గపు సమూహంగా ఏర్పడ్డారు. శివుడు స్వయంగా ఎద్దుపై స్వారీ చేస్తున్నాడు. అతను తన పూర్తి రూపంలో ఉన్నాడు: మూడు కళ్ళు, ఐదు ముఖాలు మరియు అనేక చేతులు. అతనికి భస్మము పూసి చంద్రుడు అతని నుదుటిని అలంకరించాడు.

అతను పులి చర్మాన్ని ధరించి, మెడలో పుర్రెల దండ ఉంది. అతని ఈ రూపం చూసి మైనా మూర్ఛపోయింది. ఆమె కోలుకున్నాక, ఆమె నారదుని దూషించడం ప్రారంభించింది. “అతను నా ముద్దుల కూతురికి వరుడిగా ఈ ఘోరమైన వ్యక్తిని ఎంపిక చేయడం వలన నేను అతనికి ఏమి హాని చేసాను.” ఆమె నారదుడు వేసిన వలలో పడినందుకు రాజు హిమవంత మరియు పార్వతిని తిట్టింది. మా తన దురదృష్టం అని బిగ్గరగా విలపిస్తూ ఆమె తిరిగి తన రాజభవనానికి చేరుకుంది. బ్రహ్మ మరియు ఇతర దేవతలు మరియు ఋషులు మైనాను శాంతింపజేయడానికి తమ శాయశక్తులా ప్రయత్నించారు కానీ ప్రయోజనం లేకపోయింది.

“ఈ వింతగా కనిపించే వ్యక్తిని వివాహం చేసుకోవడానికి నా కుమార్తెను నేను అనుమతించను,” ఆమె ఉరుము. “బదులుగా, నేను విషం తినడానికి ఇష్టపడతాను నా కూతురిని కూడా చంపేయండి, కానీ నేను ఇక్కడ ఉన్నంత వరకు ఈ వివాహం జరగదు” అని ఆమె చెప్పింది. ఖండితంగా ఆమె ప్రకటించింది అప్పుడు పార్వతి ప్రతిష్టంభనను పరిష్కరించడానికి స్వయంగా ముందుకు వచ్చింది. “భూమి ముక్కలు కావచ్చు మరియు సముద్రం ఎండిపోవచ్చు. నేను శివుడిని తప్ప మరెవరినీ పెళ్లి చేసుకోను.

సింహానికి బదులుగా నక్క సరిపోతుందా?"అప్పుడు విష్ణు మైనాను శాంతింపజేసేందుకు ముందుకు వచ్చాడు. కానీ అతను కూడా విజయం సాధించలేదు. చివరగా నారదుడు తన అందమైన రూపాన్ని ప్రదర్శించమని శివుడిని కోరాడు మరియు శివుడు అంగీకరించాడు. ఈ రూపం శివునికి ఎంతో నమ్మకం ఉన్న వారికి మాత్రమే ప్రదర్శించబడుతుంది. అక్కడ ఉన్న వారందరూ మైనాతో సహా అతని అందమైన రూపానికి తక్షణమే ముగ్ధులయ్యారు.

అతని శరీరం వేయి సూర్యునిలా ప్రకాశిస్తుంది మరియు అతని తలపై కిరీటం మెరిసింది. అతని బట్టలు మెరిసిపోయాయి మరియు అతని ఆభరణాల మెరుపు నక్షత్రాలను సిగ్గుపడేలా చేసింది. ఇప్పుడు శివకు క్షమాపణలు చెప్పడం మైనా వంతు వచ్చింది. ఆమె క్షమించమని వేడుకుంది మరియు ఇప్పుడు పెళ్లికి ఎటువంటి అడ్డంకులు లేవు. అనంతరం బ్రహ్మదేవుని పర్యవేక్షణలో కళ్యాణోత్సవం అంగరంగ వైభవంగా జరిగింది.

ఆ విధంగా వివాహ బంధంలో ఒకటయ్యారు, శివుడు మరియు పార్వతి కైలాసానికి మరమ్మత్తు చేసారు. దేవతలు తమ లక్ష్యాన్ని సాధించడానికి రెండవ అడ్డంకిని అధిగమించినందుకు సంతోషించారు: ఘోరమైన రాక్షసుడు తారకుడిని చంపడానికి శివుడికి కొడుకు పుట్టడం. శివుడు మరియు పార్వతిని స్తుతిస్తూ వారి వారి ప్రాంతాలకు మరమ్మతులు చేశారు.

10. కార్తికేయ పుట్టుకకు కథ

శివ మరియు పార్వతి చాలా సంవత్సరాలు కైలాష్‌లో ఉన్నారు మరియు చివరికి వారికి అందమైన కొడుకు పుట్టాడు. అతనికి కార్తికేయ అని పేరు పెట్టారు. ఈ పేరు, సాహిత్యపరంగా 'కృత్తికలు' అని ఎందుకు ఇవ్వబడింది, దానిలో ఒక పురాణం అల్లినది. పాప పుట్టి ఇంకా బాల్యంలో ఉన్నప్పుడు, అతను కొన్ని రెల్లులో పోయింది. ఈ అబ్బాయిని కనిపెట్టిన ఆరుగురు కృత్తికలు (ఒక రకమైన యువరాణి అని కూడా పిలుస్తారు, కానీ వారు ఆరు రుతువులు) దగ్గరగా నివసిస్తున్నారు. ఇప్పుడు ప్రతి ఒక్కరూ తమ దైవిక శక్తులతో ఈ బాలుడికి ఆహారం ఇవ్వాలనుకున్నారు. వారు బాలుడికి ఆరు ముఖాలను అభివృద్ధి చేశారు.

అందుకే కార్తికేయ నామవాచకంలో ఒకటి 'షడ – అనన' అంటే ఆరు ముఖాలు కలిగిన వ్యక్తి అని అర్థం. ఆ తర్వాత వారు కలిసి బాలుడిని పైకి లేపారు. అలా ఆ అబ్బాయికి కార్తికేయ అనే పేరు వచ్చింది. కార్తికేయ జననం గురించి విన్న దేవతలు సంతోషించారు. ఇప్పుడు వారి శాపమైన తారకాసురుడిని సంహరించే ఒకడు ఉన్నాడు. కార్తికేయ పెరిగేకొద్దీ, అతను బలమైన కుర్రాడిగా, చాలా శక్తివంతమైన మరియు అన్ని యుద్ధ కళలలో నేర్పరిగా ఉద్భవించాడు. దేవతలు కార్తికేయుడిని దివ్య శక్తులకు అధిపతిగా నియమించారు. అతని నాయకత్వంలో దేవతలు రాక్షసుడు తారక కోట శోనిత్‌పూర్‌పై దాడి చేశారు. దాదాపు పది రోజుల పాటు భయంకరమైన పోరాటం జరిగింది.

కానీ కార్తికేయ యొక్క సమర్థ నాయకత్వంలో దేవతలు రాక్షసులను పూర్తిగా నిర్మూలించగలిగారు. చివరికి కార్తికేయుడు ద్వంద్వ యుద్ధంలో తారకాసురుడిని సంహరించాడు. రాక్షస ప్రభువు మరణం తరువాత, దేవతలు రాక్షస సేనలను ఓడించి స్వర్గాన్ని తిరిగి స్వాధీనం చేసుకున్నారు. తమ ఉత్తమ సామ్రాజ్యాన్ని తిరిగి పొందడం పట్ల వారు సంతోషించారు. విజయోత్సవ వేడుకలు ముగిసిన తర్వాత, కార్తికేయను అతని తల్లిదండ్రులకు పునరుద్ధరించారు.

11. త్రిపుర యొక్క సృష్టి మరియు చివరికి నాశనం

అరకాసురుడు, ఆ రాక్షసుడికి త్విడాలి, తారకాక్ష మరియు వీర్యావణ అనే ముగ్గురు కుమారులు ఉన్నారు. తమ తండ్రి మరణానికి ప్రతీకారం తీర్చుకోవడానికి దేవతలు పన్నిన కుట్ర ద్వారా తమ శక్తిమంతమైన రాజు మరియు తండ్రి చంపబడ్డారని వారు తెలుసుకున్నప్పుడు, వారు చాలా కష్టమైన తపస్సు చేయడం ప్రారంభించారు. వందేళ్లపాటు ఒంటికాలిపై నిలబడి ధ్యానం చేశారు. అప్పుడు, వారు వెయ్యి సంవత్సరాలు గాలిలో నివసించారు మరియు ధ్యానం చేసారు. తదనంతరం వారు తలపై నిలబడి మరో 1000 సంవత్సరాలు ఈ భంగిమలో ధ్యానం చేశారు. వారి లక్ష్యం బ్రహ్మను ప్రసన్నం చేసుకోవడం మరియు అతని నుండి కావలసిన వరం కోరుకోవడం.

చివరికి వారి తపస్సు ద్వారా బ్రహ్మకు ప్రాయశ్చిత్తం జరిగింది. అతను వారి ముందు ప్రత్యక్షమై తమకు నచ్చిన వరం పొందమని కోరింది. "మమ్మల్ని చిరంజీవులుగా చేయండి" అని తారకుర కుమారులు సమాధానమిచ్చారు."ఇది సాధ్యం కాదు, పుట్టిన ప్రతి ఒక్కరూ చనిపోవాలి. ఇది ఒక సృష్టి యొక్క సార్వత్రిక తక్కువ, "సృష్టికర్త వివరించారు. "బదులుగా వేరేది అడగండి." "చాలా బాగుంది, అయితే," విద్యున్మాలి, తారకాక్ష మరియు వియవనా అన్నారు." ఈ క్రింది వాటిని మాకు ఇవ్వండి. మూడు కోటలు చేయనివ్వండి. మొదటిది బంగారం, రెండవది వెండి మరియు మూడవది ఇనుము. మేము ఈ కోటలలో సుమారుగా నివసిస్తాము.

ఒక 1000 సంవత్సరాల తరువాత, ఈ కాలం తరువాత కోటలు ఏకమై ఒక అజేయమైన కోటగా మారాలి, దానిని త్రిపుర అని పిలవాలి మరియు త్రిపుర అనే ఈ సమ్మిళిత కోటను ఎవరైనా సిగల్ బాణంతో నాశనం చేయగలిగినప్పుడే మనం చనిపోవచ్చు. మా విధి." వారు ఈ అసాధారణమైన వరం కోరుకోవడం చూసి బ్రహ్మ ఆశ్చర్యపోయాడు, అయితే అతను ముగ్గురు రాక్షసుల పట్ల తన నిబద్ధతకు కట్టుబడి ఉన్నాడు కాబట్టి అతను దానిని ఇచ్చాడు. అప్పుడు ముగ్గురు రాక్షసులు కోరుకున్న కోటలను నిర్మించడానికి రాక్షసుల అగ్ర వాస్తుశిల్పి అయిన మాయ దానవుని సేవలను కోరుకున్నారు. తమ డిమాండ్‌ను నెరవేర్చమని మాయా దానవుడిని ఆదేశించమని బ్రహ్మను వేడుకున్నారు.

అతను స్వర్గంలో మొదటి బంగారు కోటను, ఆకాశంలో రెండవ వెండి కోటను మరియు భూమిపై మూడవ కోటను ఇనుముతో చేశాడు తారకాక్షుడు బంగారు కోటను పొందాడు. వీర్యవన వెండి మరియు విద్యున్మాలి ఇనుము. ప్రతి కోట ఒక నగరం వలె పెద్దది, వాటిలో ప్రతిదానిలో అనేక విమానాలు (ఏరియల్ వెహికల్స్) ఉన్నాయి. ఇప్పుడు ఈ కోటలలో తారకాసురుని ముగ్గురు కుమారులు చాలా శక్తివంతంగా భావించారు. వారు మూడు కోటలను నిర్మించారు మరియు అభివృద్ధి చెందడం ప్రారంభించారు. ఇప్పుడు, వారి పెంపొందించే శక్తి, ఎప్పటిలాగే, దేవతలకు అసహ్యం. రాక్షసులు తమ

శక్తిని పెంపొందించేలా చేయడంలో బ్రహ్మదేవుడు సహకరించాడన్న ఫిర్యాదుతో వారు మొదట బ్రహ్మ వద్దకు వెళ్లారు. కానీ బ్రహ్మ తన నిర్దోషిత్వాన్ని వాదించాడు, ఎందుకంటే అతను ప్రకృతి యొక్క అల్పానికి కట్టుబడి ఉన్నాడు. అప్పుడు దేవతలు శివుని సహాయం కోరారు. కానీ రాక్షసులు తప్పు చేయడం లేదని, ఇది ఉన్నంత కాలం దేవుళ్లను ఎందుకు అంత ఇబ్బంది పెట్టాలో చూడలేదని శివుడు చెప్పాడు.

చివరకు దేవుడు విష్ణువు వద్దకు వెళ్లి వారికి ఈ క్రింది సలహా ఇచ్చాడు. "రాక్షసులు తప్పు చేయకుంటే, దేవతలు రాక్షసులను తాము ఎంచుకున్న మార్గం నుండి తప్పించి, పాపం చేసే విధంగా ప్లాన్ చేయాలి. ఆ రాక్షసుడు పాపులుగా మారితే తప్ప, నేను (విష్ణువు) కూడా వారి పతనానికి కారణం కాదు. ."అప్పుడు విష్ణువు తన రహస్య శక్తుల నుండి ఒక మనిషిని సృష్టించాడు. ఈ వ్యక్తి తల షేవ్ చేయబడింది, అతని బట్టలు మాసిపోయాయి మరియు అతను తన చేతుల్లో ఒక పూన్ వాటర్ కుండను తీసుకున్నాడు. అతను తన నోటిని గుడ్డతో కప్పి, విష్ణువు దగ్గరకు వచ్చాడు.

"నేను దేని కోసం సృష్టించబడ్డాను?" అని రహస్యాల మనిషి అడిగాడు. "నేను మీకు వివరిస్తాను," విష్ణువు జవాబిచ్చాడు, "నేను మీకు పూర్తిగా వైదిక నిబంధనలకు విరుద్ధమైన మతాన్ని బోధిస్తాను. అప్పుడు మీకు స్వర్గం (స్వర్గం), 'నరకం' (నరకం) లేదు మరియు రెండూ ఉన్నాయనే అభిప్రాయం కలుగుతుంది. భూమిపైన మాత్రమే, భూమిపై చేసిన కర్మలకు ప్రతిఫలం మరియు శిక్ష మరణానంతరం ఇవ్వబడదని మీరు నమ్ముతారు. ఇప్పుడు త్రిపురకు వెళ్లి రాక్షసులకు ఈ మతం నేర్పండి. మీరు రాక్షసులను పాపాలు చేయడానికి దారి తీస్తూనే ఉండాలి.వారి సన్మార్గం నుండి తొలగిపోయారు. అప్పుడు మాత్రమే కొన్ని చర్యలు ఉండవచ్చు . త్రిపురకు వ్యతిరేకంగా మేము ప్లాన్ చేసాము." ఆ రహస్య వ్యక్తి విష్ణువు చేయమని కోరినట్లు సరిగ్గా చేసాడు.

అతనికి నలుగురు శిష్యులు కూడా మద్దతు ఇచ్చారు మరియు వారు కలిసి త్రిపుర సమీపంలోని అడవికి వెళ్లారు. అక్కడ వారు తమ నకిలీ ఆశ్రమాన్ని తెరిచి బోధించడం ప్రారంభించారు. భగవంతుడు విష్ణువు సూచించిన విశ్వాసం.వారు భగవంతుడు విష్ణువు ద్వారానే శిక్షణ పొందినందున, వారి బోధనలు చాలా నమ్మదగినవిగా నిరూపించబడ్డాయి. త్వరలోనే వారి అనుచరులుగా చాలా మంది మతమార్పిడులను కలిగి ఉన్నారు. ఇంతలో, నారదుడు అనే దివ్య ఋషి ప్రచార ఏజెంట్‌గా అవిర్భ

స్తున్నాడు. ఒక కొత్త మతం ఆవిర్భావానికి సంబంధించిన పేర్లను విద్యున్మాలికి మొదట తీసుకెళ్లినవాడు."రాజు." నారదుడు ఇలా అన్నాడు, "మీ ఆలయానికి సమీపంలో అత్యంత అసలైన మతాన్ని బోధించే అద్భుతమైన గురువు ఉన్నారు. ఇంత నిశ్చయత మరియు స్పష్టతతో ఏ విశ్వాసాన్ని బోధించడం నేను ఎప్పుడూ వినలేదు. నిజానికి, నేను ఇప్పుడు ఆ విశ్వాసానికి

మారాను". విద్యున్మాలి ఆకర్షితుడయ్యాడు, ఎందుకంటే అన్ని గొప్ప రాజులలాగే అతను కూడా దైవిక ఋషి చెప్పిన ప్రతిదానిని విశ్వసించాడు మరియు గౌరవించాడు. వెంటనే, నారదుని అనుసరించి, అతను కూడా కొత్త విశ్వాసంలోకి మారాడు. మరియు కోర్సులో, తారకాక్ష మరియు వీర్యవాణ కూడా చేసారు. ఫలితంగా రాక్షసుడు వేదాలను గౌరవించడం మానేశాడు మరియు వారు దేవుళ్లను మరియు బ్రాహ్మణులను పూజించడం మానేశారు. శివుని ప్రతీకాత్మకమైన అభివ్యక్తి అయిన 'లింగాన్ని' పూజించడం పట్ల కూడా వారు విముఖత పెంచుకున్నారు.

ఈ వార్తను దేవతలు అనేక రెట్లు పెంచారు. విష్ణువు నేతృత్వంలో ఇతర దేవతలు శివుని వద్దకు వెళ్లి ప్రార్థించడం ప్రారంభించారు. శివుడు ప్రత్యక్షమైనప్పుడు, వారు రాక్షసులు ఇప్పుడు చెడుగా మారారని, అందువల్ల వాటిని ముందుగానే నాశనం చేయాలని చెప్పారు. "మీ చిహ్నమైన లింగాన్ని పూజించడం కూడా మానేయడానికి వారు చాలా ధైర్యం పెంచుకున్నారు." సహజంగానే శివకి కోపం వచ్చింది. కోపంతో అతను రాక్షసులను వారి కోట, త్రిపురతో పాటు నాశనం చేయడానికి అంగీకరించాడు. శివుడు విష్కర్మను పిలిచి తగిన రథం, విల్లు మరియు బాణం తయారు చేయమని కోరాడు. రథాన్ని పూర్తిగా బంగారంతో తయారు చేశారు. బ్రహ్మ స్వయంగా రథసారథి అయ్యాడు మరియు రథాన్ని వేగంగా త్రిపుర వైపు నడిపించాడు. ఇతర దేవతలు కూడా దివ్య ఆయుధాలతో శివునితో పాటు వచ్చారు ఇది దాదాపు 1000 సంవత్సరాల కాలాన్ని నిర్ణయించింది .

ముగింపు దశకు చేరుకుంది. అందుకే, వెంటనే, మూడు కోటలు కలిసి ఒకే శక్తివంతమైన కోట.శివ్ రావడానికి అనువైన గంటగా భావించడం జరిగింది . 'పశుపతి అస్త్రం' అనే దివ్య ఆయుధాన్ని తన బాణంలోకి ఎక్కించి త్రిపురపై ప్రయోగించాడు. ఆ బాణం కోటకు తగిలి అన్నింటినీ త్రికరణ శుద్ధిగా బూడిద చేసింది.త్రిపుర పతనానికి దేవతలు సంతోషించారు మరియు వారు ఈ సందర్భాన్ని నిశ్శబ్ద ఉత్సాహంతో జరుపుకోవడం ప్రారంభించారు.

ఆ సమయంలో గుండు గీయించుకున్న వ్యక్తి కనిపించి, అతను మరియు అతని సహాయకులు ఇప్పుడు ఏమి చేయాలి అని అడిగాడు. అప్పుడు బ్రహ్మ మరియు విష్ణువు ఒకరినొకరు సంప్రదించి ఇలా ఆదేశించారు: "మీరందరూ వెళ్లి ఎడారిలో నివసించండి. మీరు కలియుగ యుగం చివరి దశలో మానవ నాగరికతకు తిరిగి రావచ్చు. అప్పుడు మీరు బోధించిన విశ్వాసం శ్రోతలపై ఎక్కప్రభావం చూపుతుంది. .

12. సీత మరియు కేతకి పుష్పం

ఓంహర్షణ, నేమి శరణ్యలో సమావేశమైన పెద్ద సంఖ్యలో రోఫ్ ది సెయింట్స్ మరియు దార్శనికులకు తన కథనాన్ని కొనసాగిస్తూ ఇలా అన్నాడు: "శివుడే ఆశుతోషుడు లేదా సులువుగా ప్రాయశ్చిత్తం చేయగలడు. అతనిని సంతోషపెట్టడానికి ఆచార ఆరాధనకు ఎక్కువ సామాగ్రి అవసరం లేదు. అతని కంటే ఆత్మ ద్వారా అతను గెలుపొందాడు. రూపం. అయితే, శివుడిని ఎప్పుడూ కేతకి (పాడనుస్) లేదా చంపక్ (మిచ్లియా చంపాకా) పువ్వుతో పూజించకూడదు.

ఋషులు ఆశ్చర్యపోయారు: "ఎందుకు? వీటిలో తప్పేముంది పూలు? ఈ రహస్యం గురించి వివరంగా చెప్పండి." "నేను ముందుగా కేతకీ పుష్పంతో ప్రారంభిస్తాను" అని రోమహర్షణుడు ఈ క్రింది కథను చెప్పాడు.రాముడి తండ్రి రాముడు తన భార్య సీత మరియు సోదరుడు లక్ష్మణుడితో కలిసి ఫాల్గు నది ఒడ్డున అజ్ఞాతవాసంలో రోజులు గడుపుతున్నాడని దశరథ రాజు అడిగినప్పుడు, అతని నుండి వియోగాన్ని తట్టుకోలేక తన తండ్రి మరణిస్తున్న వార్తను అందుకున్నాడు. ప్రియమైన కుమారుడు. ఈ వార్త తెలుసుకున్న రాముడు చనిపోయిన తన తండ్రికి శ్రాద్ధం చేయడానికి సన్నాహాలు ప్రారంభించాడు. అతను తన సోదరుడు లక్ష్మణ్‌ను సమీపంలోని గ్రామం నుండి అవసరమైన పదార్థాలను సేకరించేందుకు తీసుకెళ్లాలని నిర్ణయించుకున్నాడు.

కానీ, రెండో ఆలోచనలో, సీతను ఒంటరిగా ఆ అడవిలో విడిచిపెట్టడం వివేకం కాదు కాబట్టి అవసరమైన వస్తువులను సంపాదించడానికి తన సోదరుడిని ఒంటరిగా పంపడం తెలివైన పని అని అతను భావించాడు. లక్ష్మణ్ వెళ్లి ఎంతసేపటికి తిరిగి రాలేదు. దీనితో రాముడు ఆందోళన చెందాడు మరియు సీత భద్రతకు అవసరమైన ఏర్పాట్లు చేసిన తరువాత, అతను ఈసారి వస్తువులను సంపాదించడానికి మరియు లక్ష్మణుడిని కనుగొనడానికి వెళ్ళాడు. కానీ రాముడు తిరిగి రాలేదు. దాదాపు మధ్యాహ్నం అయింది మరణించిన వారికి మన'కృతజ్ఞతను తెలియజేయడానికి బ్రాహ్మణులకు ఆహారాన్ని అందించే వేడుక ఆత్మ. మరియు వేడుకను మధ్యాహ్నం ముందు నిర్వహించాలి.

నిరాశతో, సీత స్వయంగా అక్కడ అందుబాటులో ఉన్న పదార్థాలతో వేడుక నిర్వహించాలని నిర్ణయించుకుంది. ఆమె వెళ్లి ఫాల్గు నదికి స్నానం చేసింది. తర్వాత మట్టి దీపం వెలిగించింది. ఆమె చనిపోయిన పూర్వీకులకు సమర్పించడానికి నైవేద్యాన్ని (పిండ) చేసింది. ఆమె దాదాపు వేడుకను పూర్తి చేసినప్పుడు, ఆమె ఎక్కడి నుండి కానీ స్వర్గం నుండి ఒక స్వరం వెలువడింది. "సీతా, మీరు ధన్యులు, మేము సంతృప్తి చెందాము."

మరియు నైవేద్యాలను స్వీకరించడానికి కొన్ని విగతమైన చేతులు గాలిలో కనిపించడాన్ని ఆమె ఆశ్చర్యంగా చూసిందవిస్మయం మరియు ఆసక్తిగా, ఆమె అడిగింది: "ఎవరు మీరు? ఎందుకు మీరు బహిరంగంగా రారు ?" గాత్రదానం చేసిన వ్యక్తి ఇలా అన్నాడు: "నేను మీ చనిపోయిన మామగారిని.

మీరు వేడుకను విజయవంతంగా పూర్తి చేసారు. నేను మీ అర్పణలను అంగీకరించాను." కానీ మీ కొడుకులు, నా భర్త మరియు అతని సోదరుడు వెళ్ళడం లేదు .నన్ను నమ్మండి, "సీత చెప్పింది, "అలాంటి విగతజీవిని వారు ఎప్పటికీ నమ్మరు నైవేద్యాలను స్వీకరించడానికి గాలి నుండి చేతులు కనిపించాయి." "వారు తప్పక." స్వరం స్పందించింది, "మీకు నలుగురు సాక్షులు ఉన్నారు, మొదటిది ఫాల్గు నది. స్కాండ్ అక్కడ ఆవు మూడవది అగ్ని మరియు చివరిది కేతకి పొద, మీరు పూజా సామగ్రితో పూజించిన పువ్వులు "అలా చెబుతూ, మరణించిన రాజు స్వరంతో పాటు చేతులు మాయమయ్యాయి.కానీ సీత భయపడిన మాట వాస్తవమే.

రాముడు మరియు లక్ష్మణుడు తిరిగి వచ్చినప్పుడు వారు ఇలా అన్నారు: "త్వరగా ఆహారం వండండి. శ్రాద్ధం పూర్తి చేయడానికి చాలా తక్కువ సమయం ఉంది." అప్పుడు సీత తాను సాధించినదంతా చెప్పింది. కానీ ఇద్దరు సోదరులు తమ లేకపోవడంతో సీత వేడుకను పూర్తి చేసిందని నమ్మడానికి నిరాకరించారు. వారు ఆమెను నమ్మడానికి బదులుగా సీతను ఎగతాళి చేశారు మరియు ఆమె అబద్ధం చెప్పాలని సూచించారు. అప్పుడు సీత తన నలుగురు సాక్షులను పిలిచింది.

కానీ, ఆమె ఆశ్చర్యానికి ప్రతి ఒక్కరూ ఏమీ చూడలేదని తిరస్కరించారు. ఇంకేమీ వాదించకుండా ఆమె ఆహారాన్ని వండి, రాముడు తన పూర్వీకులకు నైవేద్యాన్ని సమర్పించాడఅకస్మాత్తుగా ఆకాశం నుండి ఒక స్వరం వినిపించింది. "మళ్ళీ మమ్మల్ని ఎందుకు పిలుస్తున్నావు? సీత ఇప్పటికే మమ్మల్ని సంతృప్తిపరిచింది." కానీ రాముడు మొండిగా ఉన్నాడు: "నేను నమ్మడానికి నిరాకరించాను." స్వరం పూర్తి ఉద్ఘాటనతో నొక్కి చెప్పింది: "నిజానికి ఇది నిజం. ఆమె ఇప్పటికే మా పూర్తి సంతృప్తికి వేడుకను పూర్తి చేసింది. మీరు మా వంశానికి మూలపురుషుడైన సూర్య భగవానుని అడగవచ్చు."

ధృవీకరణ కోసం రాముడు సూర్యభగవానుని పిలిచినప్పుడు, సీత చాలా మతపరంగా చేసిందని మరియు వేడుకను పునరావృతం చేయవలసిన అవసరం లేదని దేవత చెప్పాడు. సీత మాటపై అనుమానం వచ్చినందుకు రాముడు, లక్ష్మణుడు సిగ్గు పడ్డారు. ఆమె సద్గుణం యొక్క శక్తికి వారు ఇప్పుడు చాలా ముగ్ధులయ్యారు. కానీ సీత తాను సమర్పించిన సాక్షుల పట్ల అసంతృప్తిగా ఉంది మరియు ఆమె చేసినదంతా ధృవీకరించడానికి నిరాకరించింది.

అప్పుడు ఆమె ఫాల్గు నది ఇక నుండి భూగర్భంలో మాత్రమే ప్రవహిస్తుంది అని శపించింది. ఇకమీదట శివుడు తన ఆరాధనలో దానిని అంగీకరించనని కేతకీ పుష్పాన్ని శపించింది. ఇకమీదట తన నోరు అపవిత్రంగా పరిగణించబడుతుందని ఆమె ఆవును శపించింది. అయితే ఆవు యొక్క మిగిలిన భాగం ఎప్పటిలాగే స్వచ్ఛంగా ఉంటుంది. చివరకు ఆమె అగ్నిని విచక్షణారహితంగా తినేస్తానని శపించింది. "శివుని పూజలో కేతకీ పుష్పాన్ని అనుమతించకపోవడానికి కారణం అదే" అని రోమహర్షన్ ముగించాడు.

13. శివుడు తన పూజలో చంపక పువ్వును నిషేధించాడు

ఒక విరామం తర్వాత అతను చంపక్ పువ్వు ఎందుకు అని చెప్పడం ప్రారంభించాడు .శివునికి అంగీకారయోగ్యం కాదు. గోకర్ణంలోని పవిత్ర తీర్థంలో శివునికి అంకితం చేయబడిన ఆలయం ఉంది. నారదుడు ఒకసారి ఈ ఆలయాన్ని సందర్శించాలని నిర్ణయించుకున్నాడు. దారిలో అతను అందమైన పుష్పించే చంపక చెట్టును పైకి లేపి, దానిని ఆరాధించాడు. ఆ సమయంలో ఒక బ్రాహ్మణుడు చెట్టు నుండి పువ్వులు కోయడానికి అక్కడికి చేరుకున్నాడు. కానీ అక్కడ నారదుని చూసి పూలు కోయడం మానేశాడు.అప్పుడు నారదుడు కుతూహలంతో అడిగాడు: “మీరు ఇక్కడ ఏమి చేస్తున్నారు? ఎక్కడికి వెళ్తున్నారు?” తన అసలు ఉద్దేశాన్ని దాచిపెట్టి, అబద్ధం చెబుతున్నప్పుడు, బ్రాహ్మణుడు ఇలా అన్నాడు: “నేను భిక్షాటన చేయబోతున్నాను.” నారదుడు గుడికి వెళ్ళాడు.

ఇంతలో బ్రాహ్మణుడు చంపక చెట్టు నుండి పువ్వులు తెంచుకుని బాగా కప్పి ఉంచిన బుట్టలో పెట్టాడు. నారదుడు మరోసారి బ్రాహ్మణుడిని కలుసుకున్నాడు . అతను: “నువ్వు ఇప్పుడు ఎక్కడికి వెళ్తున్నావు? బ్రాహ్మణుడు మళ్ళీ అబద్ధం చెప్పాడు, “తిరిగి ఇంటికి,” అని జోడించి, “నేను గుర్తించలేను ఏదైనా భిక్ష పొందండి. ఇప్పుడు నారదుడికి అనుమానం వచ్చింది. చంపక చెట్టు దగ్గరకు వెళ్లి అడిగాడు: “ఆ బ్రాహ్మణుడు ఏదైనా పువ్వులు తీశాడా?” “ఏం బ్రాహ్మణా?” చెట్టు బదులిచ్చింది. “నాకు ఏ బ్రాహ్మణుడో తెలియదు, ఎవరూ పువ్వులు తీయలేదు. ఇంకా అనుమానం పడుతూనే నారదుడు తిరిగి గుడికి వెళ్ళాడు. అక్కడ అతను శివలింగం పైభాగంలో పడి ఉన్న తాజా చంపక పుష్పాలను కనుగొన్నాడు. అక్కడ మరో భక్తుడు మౌనంగా ప్రార్థిస్తున్నాడు.

నారదుడు అతనిని అడిగాడు: “తాజా చంపక పుష్పాలతో ‘లింగాన్ని’ పూజించడానికి ఎవరైనా రావడం మీరు చూశారా?” “అవును నేను చేశాను.” భక్తుడు బదులిచ్చాడు “అది ఒక దుష్ట బ్రాహ్మణుడు. అతను ప్రతిరోజు శివుడిని చంపక పువ్వులతో పూజిస్తాడు. శివుడి ఆశీర్వాదం కారణంగా, అతను ఈ ప్రాంత రాజును పూర్తిగా బ్రెయిన్ వాష్ చేయగలిగాడు మరియు ఇటీవల రాజు యొక్క సంపదను దోచుకున్నాడు. బ్రాహ్మణుడైనప్పటికీ అతను రాజును ఇతర బ్రాహ్మణులకు హాని కలిగించేలా చేస్తాడు . అతని చెడు ప్రయోజనాలకు సేవ చేయండి.”

దివ్య ఋషి, నారదుడు, అప్పుడు శివుడిని ఇలా అడిగాడు: “మీరు అలాంటి దిటును ఎందుకు ప్రోత్సహిస్తున్నారు?” “నేను నిస్సహాయంగా ఉన్నాను,” శివుడు చెప్పాడు: “ఎవరైనా నన్ను చంపక పువ్వులతో పూజిస్తే నేను అడ్డుకోలేను.” సరిగ్గా ఆ సమయంలో ఒక బ్రాహ్మణ స్త్రీ తన బాధతో పరుగున వచ్చింది. ఆమె భర్త వికలాంగుడు. అయినప్పటికీ, ఆమె రాజు నుండి కొంత డబ్బును పొందగలిగింది, తద్వారా ఆమె తన నూబిల్ కుమార్తె వివాహాన్ని నిర్వహించగలదు. రాజు దయతో ఆమెకు ఆవును కూడా భిక్షగా ఇచ్చాడు. కాని ఇప్పుడు ఆ దుష్ట బ్రాహ్మణుడు రాజు నుండి బహుమతుల్లో సగం

కావాలని పట్టుబట్టాడు, ఎందుకంటే రాజు చాలా ఉదారంగా ఉన్నాడు. “ఆ దుష్ట బ్రాహ్మణుడు అప్పటికే సగం డబ్బు లాక్కున్నాడు,” ఆమె చెప్పింది, “అయితే ఆవును ఎలా విభజించాలి?” నారదుడు ఆమె బాధ యొక్క కథను విన్న తరువాత చంపక చెట్టు మరియు ఆ దుష్ట బ్రాహ్మణుడి గురించి ఏదైనా చేయాలని నిర్ణయించుకున్నాడు. మిగతావన్నీ కాకుండా, చంపక చెట్టు ఒక అబద్ధం. నారదుడు చంపక వృక్షాన్ని శపించాడు, ఇక నుండి దాని పువ్వులను శివుడు నైవేద్యంగా స్వీకరించడు. అతను ఆ దుష్ట బ్రాహ్మణుడిని వచ్చే జన్మలో విరాధ అనే 'రాక్షసుడు' (రాక్షసుడు) గా జన్మిస్తాడని శపించాడు. కానీ బ్రాహ్మణుడు కూడా శివ భక్తుడు కాబట్టి శాపం .రాముడి చేతిలో విరాధ తన మరణాన్ని ఎదుర్కొంటాడని సవరించబడింది .ఆపై మళ్లీ బ్రాహ్మణుడిగా పుట్టాడా.

13. గణేష్‌కి సంబంధించిన కథలు

శివ్ మరియు పార్వతి - శాశ్వత జీవిత భాగస్వాములకు లాస్ గణేష్ లేదా గణపతి అని పిలువబడే కుమారుడు ఉన్నారు. 'గణ' అంటే సమూహానికి ఆ పేరు అతనిని అధిపతిగా చేస్తుంది. అతను ఎలా జన్మించాడు మరియు అతను ఈ పేరును ఎలా సంపాదించాడు, అసలు కథతో అనేక ఇతిహాసాలు ముడిపడి ఉన్నాయి. క్లుప్తంగా అవి క్రింద ఇవ్వబడ్డాయి.

(1) గణేష్ జననం

ఒకసారి పార్వతీ దేవి తన ఇద్దరు సహచరులైన జయ మరియు విజయలతో కలిసి తిరుగుతోంది. అప్పుడు, వారు మాట్లాడుతున్న సమయంలో వారు పార్వతికి ఫిర్యాదు చేశారు. "ఓ మహాదేవీ (గొప్ప దేవత)! ద్వారపాలకులందరూ వారి విధేయతకు ప్రత్యేకంగా రుణపడి ఉంటారు 'శంకర్ లార్డ్ మరియు మేము, స్త్రీ-జానపదులకు వారిపై నియంత్రణ ఉండదు. కొన్నిసార్లు, మాకు సంపూర్ణ గోప్యత అవసరం, కానీ వారు మా అపార్ట్‌మెంట్‌లలోకి కూడా అందరూ రావడానికి అనుమతిస్తారు. చాలా ఇబ్బందికరమైన క్షణాలలో. మా మాటను క్షమించండి, అయితే అత్యంత అకాల చొరబాటుదారుడు మరెవరో కాదు, మీ జీవిత భాగస్వామి, లార్డ్ శంకర్.
అతను మహాకాళ ప్రభువు (లేదా కాలాన్ని పాలించేవాడు) కాబట్టి అతని సమయం గుర్తించబడలేదు. అతనికి చాలా ఇబ్బందికరమైన సమయంలో లేడీస్ విభాగంలోకి చొరబడే అలవాటు ఉంది." పార్వతి తన ప్రియమైన స్వామిని చొరబాటుదారునిగా పేర్కొనడం పట్ల ఆగ్రహంతో ఎదురు కాల్పులు జరిపింది. "మీ నాలుక పట్టుకోండి, జయ మరియు విజయ! మీరు ఏమి మాట్లాడుతున్నారో మీకు తెలుసా? ప్రభువు నా భర్త మరియు అతని భార్య అపార్ట్‌మెంట్‌లోకి ప్రవేశించకుండా అతన్ని ఎలా తనిఖీ చేస్తారు? మీ ఇద్దరికీ అసౌకర్యంగా అనిపిస్తే, నేను మీ విడివిడిగా ఉండటానికి ఏర్పాట్లు చేస్తాను." "వద్దు మహాదేవి," అని ఇద్దరూ వేడుకున్నారు, "మేము చెప్పేది మా అసౌకర్యం కోసం కాదు, మీ కోసం కూడా.
స్త్రీకి తన భర్త నుండి కూడా పూర్తి గోప్యత అవసరం. మీరు సమయం ఇష్టం స్నానం చేస్తున్నారు లేదా మీ శరీరాన్ని శుభ్రం చేస్తున్నారు. అది చాలా ఇబ్బందికరమైన క్షణం ఎవరైనా లోపలికి రావాలంటే, అతనే భగవంతుడు శంకరుడు. మీరు వద్దు అలా అనిపిస్తుందా ?"పార్వతి ఆలోచనాత్మకంగా సమాధానం ఇచ్చింది: "అవును, మీరు చెప్పింది నిజమేనని నాకు అనిపిస్తోంది ఆ రోజు నేను స్నానం చేస్తున్నప్పుడు భగవంతుని ఆకస్మిక చొరబాటు వల్ల నేను చాలా అసౌకర్యానికి గురయ్యాను. ఇప్పుడు మీరు చెప్పేది నాకు అర్థమైంది.
మా విభాగాన్ని చూసేందుకు మన స్వంత గేట్ కీపర్ ఉండాలి." మహాదేవి దానిని గ్రహించినందుకు జయ మరియు విజయ సంతోషించారు . నాగు డ్రైవింగ్ చేస్తున్న దాని యొక్క ఆవశ్యకత మరియు

ప్రాముఖ్యత. “అయితే ఎలా మీకు మాత్రమే విధేయత చూపవలసిన అటువంటి వాచ్‌మేన్‌ను పొందండి” అని జయ ప్రశ్నను లేవనెత్తింది. “అవును,” విజయను సమర్థించింది: “ఇక్కడ గణాలందరూ (హెంచ్‌మెన్) తమ విధేయతకు శంకర్‌కి మాత్రమే రుణపడి ఉన్నారు.” “చింతించకండి,” అని పార్వతీ దేవి అభయమిచ్చి, ఆపై ఆమె తన మలినాలతో మరియు దుప్పటితో ఒక బాలుడిని సృష్టించింది. గేటుకు కాపలాగా సిబ్బందిని ఇచ్చాడు.

పార్వతి విశ్రాంతి తీసుకోవడానికి లోపలికి వెళ్ళింది. ఆ సమయంలో, శంకర్ కైలాసం నుండి బయటపడ్డాడు. రెండ్రోజుల తర్వాత తిరిగి రాగానే నేరుగా పార్వతి గదికి పరుగెత్తాడు. కానీ అక్కడ అతను పార్వతి గదిలోకి భగవంతుని ప్రవేశానికి అడ్డుగా చేతిలో కర్రతో ఒక యుక్తవయస్కుడైన బాలుడిని కనుగొన్నాడు. బాలుడు చాలా అందంగా మరియు శక్తివంతంగా ఉన్నాడు. లోపలికి రాకుండా ఆపడంతో శివ్‌ని వెనక్కి తీసుకెళ్లారు. “నేను ఎవరో తెలుసా? నేను పార్వతి జీవిత భాగస్వామి అయిన శంకర్‌ని! నేను ఆమెని ఈ స్థలం యొక్క భర్త మరియు యజమాని.

నా భార్య చాంబర్‌ను విడదీసి, మొత్తం విశ్వానికి నాకు ఉచిత ప్రాప్యత ఉంది. కానీ నన్ను ఆపడానికి నువ్వెవరు. నేను నిన్ను ఇంతకు ముందెప్పుడూ చూడలేదు.” “నేను ఎవరో పర్వాలేదు,” ఎదురుతిరిగిన అబ్బాయి బదులిచ్చాడు. “మా అమ్మ స్నానం చేస్తోంది మరియు నేను నిన్ను అనుమతించలేను. ఎంటర్. నువ్వు తర్వాత రావాలి.” ఇప్పుడు శంకర్‌కి కోపం వచ్చింది. “ఏయ్, అబ్బాయిని మూర్ఖుడా! పార్వతిని నీ అమ్మ అంటావా! అంటే నేను నీ తండ్రిని! నన్ను ఎందుకు ఆపాలి?” “నువ్వు ఎలా ఉన్నావు,” అబ్బాయి కఠినంగా సమాధానం చెప్పాడు, “నేను నిన్ను అనుమతించలేను. అమ్మ చెప్పేదాకా లోపలికి వెళ్ళాలి.

ఆమె స్నానం చేస్తోంది మరియు ఆమె వచ్చింది . ఎవరినీ లోపలికి అనుమతించకూడదని నిర్దిష్టమైన సూచనలు ఇచ్చారు. నన్ను క్షమించండి!” ఇప్పుడు శివుడు కోపోద్రిక్తుడయ్యాడు. ఈ తెలియని బాలుడు తన స్వంత ఇంట్లో తన అధికారాన్ని ఎలా సవాలు చేయగలడు? అతను తన ‘గణాలను’ పిలిపించాడు మరియు ఈ అబ్బాయి ఎవరో చెప్పమని వారిని అడిగాడు మరియు మొత్తం కైలాసం (శివుని నివాస స్థలం)లో అతను ఎలాంటి అధికారాన్ని ఉపయోగించాడు. ‘గణాలు’ బాలుడి దగ్గరికి వెళ్లి నచ్చజెప్పేందుకు తమ వంతు ప్రయత్నం చేశారు ప్రభువు లోపలికి వెళ్లేందుకు బాలుడిపై అనుమతినిచ్చాడు.

కానీ వారి మొత్తం ప్రయత్నం ఫలించింది . అబ్బాయి స్టాండ్‌లో మార్పు లేదు. “నువ్వు కూడా ఆహ్వానించడం మంచిది కాదు ప్రభువు కోపము.” అతను ఎవరైనప్పటికీ, నా తల్లి స్నానం చేసే వరకు అతను లోపలికి వెళ్ళలేడు.” చివరికి, శివుని అనుచరులు ప్రతీకారంగా కొత్తవాడు కాదని నిరూపించిన బాలుడితో పోరాడటం ప్రారంభించారు. అతను తన సిబ్బందితో చాలా తీవ్రంగా దెబ్బలు తిన్నాడు. శివుని ‘గణాలు’ హడావిడిగా తిరోగమనం చేయవలసి వచ్చింది, ఓడిపోయి గాయపడింది.ఆ సమయంలో

విశ్వ మహర్షి, నారదుడు, కైలాసాన్ని సందర్శించడం జరిగింది. నారదుడికి, లేకుంటే, విశ్వంలో ఏ ప్రదేశమూ అగమ్యగోచరంగా ఉండదని నమ్ముతారు. అతను కలకలం చూసినప్పుడు, అతను కైలాష్ వద్ద జరుగుతున్న నయం గురించి ఇంద్రుడు మరియు ఇతర ఖగోళ వ్యక్తులకు తెలియజేయడానికి తిరిగి దైవిక రాజ్యానికి చేరుకున్నాడు. సృష్టికర్త అయిన బ్రహ్మకు కూడా చెప్పబడింది.

బ్రహ్మదేవుడు తనను తాను దేవుళ్లలో సీనియర్‌గా భావించి, ఆ అపరాధ బాలుడికి విషయాలను వివరించడానికి వెళ్లాడు. కానీ ఆ బాలుడు స్వర్గపు తాత చెప్పేది వింటూ ఉల్లాసంగా బ్రహ్మదేవుని గడ్డాన్ని తీయడం వల్ల అతనికి నొప్పి మరియు గాయం కలిగింది. సృష్టికర్త తనను తాను బిగ్గరగా పరిచయం చేసుకున్నప్పటికీ, బాలుడు దానిని పట్టించుకోలేదు. మరియు దానిని బ్రహ్మపైకి విసిరాడు, అతను దుఃఖంతో మరియు గాయంతో తిరిగి వచ్చాడు, శివుడు తన విచారకరమైన కథను తెలియజేయడానికి.

ఆ లొంగని బాలుడి గురించి విన్న శివుడు మరియు విష్ణువు ఆ ముద్దుగుమ్మకు గుణపాఠం చెప్పడానికి దేవతలతో కూడిన భారీ సైన్యంతో బయలుదేరారు. కానీ ఆ భారీ శక్తికి భయపడకుండా, బాలుడు రెట్టించిన శక్తితో పోరాడడం ప్రారంభించాడు. మొట్టమొదట ఘోరమైన క్షిపణితో బాలుడు స్వాగతం పలికిన విష్ణువు తెరపైకి వచ్చాడు. విష్ణుమూర్తిని తీసుకున్నారు విస్మయం.

అతను చాలా క్రూరమైన రాక్షసులను గెలుచుకున్నాడు కానీ ఆ బాలుడు, బలమైన ప్రత్యర్థిగా నిరూపించబడ్డాడు. విష్ణువు వెనుదిరగడం చూసి, శివుడు స్వయంగా ముందుకు వచ్చి మళ్లీ దాడిని ప్రారంభించాడు. కానీ ఆ బాలుడు అణచివేయబడకుండా, శివుడు తన ప్రసిద్ధ విల్లును కోల్పోయేలా చేయడానికి కోణాల గద్దను విసిరాడు. పినాక్ ఇప్పుడు శివుడు కోపంతో ఊగిపోయాడు. "ఇది చాలు, మీరు వెర్రి అర్చిన్," మరియు అతను ఆ బాలుడి తలను నరికివేయడానికి తన ప్రఖ్యాత త్రిశూలాన్ని విసిరాడు! ఆ కొంటె మరియు నిగూఢమైన బాలుడు తన పరాక్రమంతో దాదాపు అన్ని దేవతలను తుడిచిపెట్టాడు. వారిలో చాలా మంది బాలుడు రాక్షసుల మొక్క అని భావించారు, వారు తమ నల్లటి శక్తితో ఆ అబ్బాయిని దాదాపుగా మార్చారు .

అజేయుడు. బాలుడి శరీరం పడిపోయినప్పుడు, అది భయంకరమైన శబ్దం చేసింది. ఎంత శక్తివంతంగా ఉందంటే, ఇదంతా ఉల్లాసంగా స్నానం చేస్తున్న పార్వతి, తన కొడుకు తల నరికివేయడాన్ని చూడడానికి మాత్రమే బయటకు పరుగెత్తింది. ఒక్కసారిగా ఆమె జరిగినదంతా తెలుసుకుని, సుమారు లక్ష ప్రాణాంతక శక్తులను సృష్టించి, ఖగోళాన్ని మింగేయమని ఆదేశించింది. ఆమె ఎంత కోపంగా ఉందంటే, ఆమె జీవిత భాగస్వామి అయిన శంకర్ కూడా ఆమెను ఎదుర్కొనేంత ధైర్యం తెచ్చుకోలేకపోయాడు.

ఆమె కఠోరమైన ఆజ్ఞను విని, దివ్యాంగులందరూ తమ అంతిమము ఉన్నతమైనదని భావించారు. ఆ ఘోరమైన శక్తుల ముందు వారు చాలా శక్తిహీనులుగా మరియు కృంగిపోయారని భావించారు, వారి

మొత్తం విధ్వంసం ముందస్తు ముగింపుగా కనిపించింది. ఆ కీలక సమయంలో, నారదుడు ముందుకు వచ్చి పార్వతిని శాంతింపజేయడానికి ఒరిసన్స్ పాడటం ప్రారంభించాడు, అప్పుడు ఆమె కోపం యొక్క ప్రత్యక్ష వ్యక్తిగా కనిపించింది. చాలా కాలం తర్వాత ఆమె మళ్లీ కొంత ప్రశాంతంగా ఉండగలిగింది. అప్పుడు ఆమెకు నారదుడు తన కొడుకు గందరగోళంలో చంపబడ్డాడని చెప్పాడు. "ఓ దేవత." నారదుడు ఇలా వేడుకున్నాడు: "మీ కొడుకు ప్రపంచంలోనే అత్యంత శక్తిమంతుడు. ఇంత ధైర్యవంతుడు మరియు శౌర్యవంతుడు రాక్షసులలో లేదా దేవతలలో ఎప్పుడూ చూడలేదు. అతని మరణం పట్ల మేమంతా చాలా చింతిస్తున్నాము.

నీ కనికరం లేని వాత్సల్యాన్ని మనం మళ్ళీ పొందాలా !" "అది ఒక షరతుపై మాత్రమే మీరు పొందగలరు" అని దేవి కఠోరమైన ముఖంతో బదులిచ్చారు: "నా కొడుకును తిరిగి బ్రతికించండి మరియు అతనిని అన్ని దేవతలలో అగ్రగామిగా ప్రకటించండి. "షరతు వెంటనే అంగీకరించబడింది. కానీ తల లేని శరీరాన్ని ఎలా పునరుద్ధరించాలి? శంకర భగవానుడు తన స్వంత కుమారుని శిరచ్ఛేదం చేసాడు అని ఈ సమయానికి తెలుసుకున్నాడు, అదే రోజు మరియు అదే సమయంలో జన్మించిన వ్యక్తిని లేదా ఏదైనా జీవిని కనుగొనమని దూతలను పంపాడు.

ఆ జీవి తలను ఆ బాలుడి ట్రంక్ మీద నాటాలి. పార్వతి తల్లి షరతు ప్రకారం ఆ బాలుడు బృందానికి అధిపతిగా ప్రకటించబడ్డాడు కాబట్టి అతనికి 'గణేష్' అనే పేరు వచ్చింది.కనిపెట్టిన ఏకైక జీవి ఏనుగు, కాబట్టి దాని తలను నరికి, దూతలు దానిని తీసుకువచ్చారు. గణేశుని భుజాలపై ఉంచి అతన్ని మరోసారి జీవుడిగా మార్చాడు.గణేశుడు జన్మించిన మరొక పురాణం భిన్నమైన కథను అందిస్తుంది. ఒక రాత్రి పార్వతి కైలాష్‌లోని తన రాజభవనంలో మృదువైన మరియు ఎంబ్రాయిడరీ చేసిన పాల-తెలుపు సోఫాపై నిద్రిస్తున్నప్పుడు, విష్ణువు పూజారిగా ధరించి, వృద్ధాప్యం మరియు ఆకలితో బలహీనంగా కనిపించాడు. అప్పుడు అతను ఆహారం కోసం వేడుకున్నాడు.

శివుడు మరియు పార్వతి అతన్ని ఆప్యాయంగా పలకరించారు మరియు మీరు ఏమి కోరుకుంటున్నారని అడిగారు. తనకు ఇష్టమని వారితో చెప్పాడు . వారి కొడుకు అయ్యాడు మరియు వెంటనే ఆ ప్రీస్ట్, ఒక రూపాన్ని తీసుకున్నాడుచిన్న పాప. ఆ పిల్లవాడు త్వరగా పార్వతి మంచం మీద పడుకుని, పైకప్పు వైపు చూస్తూ ఉన్నాడు మరియు తన చేతులు మరియు కాళ్ళు ఉల్లాసంగా ఊపుతూ, అప్పుడే పుట్టిన పిల్లల వలె. ఆ కుర్రాడి శరీరాకృతి ఎంత పర్ఫెక్ట్‌గా ఉందో, చూడ్డానికి చాలా ఆనందంగా ఉంది .

అతనిని విష్ణువును తమ చిన్న కుమారునిగా పొందడం, శివుడు మరియు పార్వతి సంతోషించారు, సందేశాన్ని అందుకున్న దేవతలు మరియు దేవతలందరూ తమ ఆశీర్వాదం ఇవ్వడానికి ఆ శిశువును చుట్టుముట్టారు. విష్ణువు అతనికి జ్ఞానం యొక్క వరం, కీర్తి మరియు ఆరాధన యొక్క బ్రహ్మ, ధర్మం మరియు దయ యొక్క భగవంతుడు ధర్మం, ఔదార్యం, తెలివితేటలు, శాంతి మరియు స్వీయ

నియంత్రణ యొక్క శివుడు. గణేశుడిని ఆరాధించే ప్రదేశంలో ఎప్పుడూ నివసిస్తానని లక్ష్మీ దేవి వాగ్దానం చేసింది. సరస్వతీ దేవి అతనికి వాక్ శక్తి, జ్ఞాపకశక్తి మరియు వాక్చాతుర్యాన్ని ఇచ్చింది, సావిత్రి అతనికి అన్ని జ్ఞానాన్ని ఇచ్చి అక్కడ ఉన్న వారందరూ శనిని కలిగి ఉన్నారు, ఇది శాపగ్రస్తుడైన దేవుడు లేదా గ్రహం. జ్యోతిష్యంలో పాండిత్యం ఉన్న వారందరికీ తెలుసు, శని గ్రహం ప్రాణాంతకం అని నమ్ముతారు. కాబట్టి పార్వతీ పుత్రుని వైపు చూస్తే ఆ బిడ్డకు ఇబ్బంది తప్పదని శనికి తెలుసు. అయితే అక్కడ ఉన్న వాళ్లందరిలాగే అతనికి కూడా ఆ అందమైన పిల్లని చూడాలనిపించింది. అతను పిల్లవాడిని చూడగలవా అని అడిగాడు మరియు బిడ్డను ఒడిలో ఉంచుకుని విలువైన రాళ్ల సింహాసనంపై కూర్చున్న పార్వతిని సమీపించాడు.

కానీ అతను తల వంచుకుని ముందుకు సాగాడు, పార్వతి అతన్ని పలకరించిన తర్వాత, అతను తన వైపు లేదా బిడ్డ వైపు ఎందుకు చూడలేదు? అక్కడ శనీశ్వరుడు వినయంగా ఇలా సమర్పించాడు: "ఓ దేవీ! ప్రతి ఒక్కరూ వారి కర్మల ఫలాలను భరించవలసి ఉంటుంది, నేను కూడా నేనే. ఒకరోజు నేను నా పూజలో మునిగి కూర్చున్నాను, రసిక భావంతో వచ్చిన నా అందమైన భార్య వైపు చూడలేదు. ఆమె చిన్నబుచ్చుకుంది మరియు అందుకే ఇకమీదట నేను చూసేదంతా నాశనమైపోతుందని అతన్ని శపించింది. కాబట్టి నేను పిల్లవాడి వైపు లేదా మీ వైపు చూడడానికి ధైర్యం చేయలేదు!" అది విని, పార్వతీదేవి నవ్వుతూ, పిల్లవాడిని మరియు ఆమెను చూడాలని చెప్పింది.

కానీ తన చూపు (లేదా కోణం) ఎంత భయంకరమైనదో శనికి తెలుసు. కాబట్టి చెడు ఫలితానికి దారితీసే ఏ విధంగానూ చూడాలా వద్దా అని అతను నిర్ణయించుకోలేకపోయాడు. చాలా తర్జనభర్జనల తర్వాత అతను తన కంటి నుండి పిల్లవాడిని మాత్రమే చూడాలని నిర్ణయించుకున్నాడు. కానీ ఒక్క చూపు కూడా సరిపోతుంది, మరియు వెంటనే పిల్లల తల అదృశ్యమైంది. పార్వతి విపరీతంగా ఏడ్చింది మరియు తరువాత మూర్ఛపోయింది, ఇది అన్ని ఇతర దేవతలు మరియు దేవతలను నిశ్శబ్దం చేసింది.

ఒక శుభకార్యక్రమం జరుపుకుంటున్న ఇంట్లో ఎంత అశుభం జరుగుతుంది! అప్పుడు విష్ణువు ఆ బిడ్డ అవతారమెత్తి, తనకు ఇష్టమైన పక్షి వాహనమైన గరుడునిపై ఉత్తరాన ఒక అడవికి వెళ్లాడు, అక్కడ ఒక నది ఒడ్డున, ఒక రాజు ఏనుగు నిద్రపోతున్నట్లు చూశాడు. అతను తన చక్రంతో (డిస్కస్) పాచిడెర్మ్ తలను నరికి, కైలాసానికి తిరిగి వచ్చి, ఏనుగు తలని తలలేని పిల్లవాడిపై ఉంచాడు. అందుకే వినాయకుడికి ఏనుగు తల ఉంటుంది.

మరొక పురాణం గణేశుడి జన్మకు సంబంధించిన ఇతర వివరాలను తెలియజేస్తుంది. ఒకప్పుడు నారదుడు విష్ణువును అడిగాడు, ప్రపంచం మొత్తం అందమైన వస్తువులతో నిండినప్పుడు గణేశుడికి ఏనుగు తల ఎందుకు వచ్చింది అని అన్ని జీవులు తమను తాము పొందుతారని అడిగాడ.గణేష్ కోసం మనిషి తల ఎందుకు తీసుకురాలేదు? అప్పుడు విష్ణువు ఇలా వివరించాడు: "ఓ ఋషి! ఇది గణేశుని

విధి. ఒకప్పుడు ఋషుల ప్రభువైన 'దుర్వాస' (చాలా తక్కువ కోపానికి ప్రసిద్ధి చెందిన ఋషి)కి పవిత్ర పారిజాత చెట్టు నుండి ఒక పువ్వు ఇవ్వబడింది. క్షీర సముద్రం, మరియు అతను దానిని ఇంద్రుడికి ఇచ్చాడు, ఈ పువ్వు అన్ని అడ్డంకులను నాశనం చేయగలదు మరియు ఇది చాలా పవిత్రమైనది, దానిని తన తలపై ధరించినవాడు సమస్త లోకానికి అధిపతి అవుతాడు. అదృష్ట దేవత, లక్ష్మి పువ్వును ఉంచే వ్యక్తితో ఎప్పుడూ ఉండు, అతని శక్తులు అన్ని దివ్యశక్తులు ఆజ్ఞాపించే అన్ని శక్తుల కంటే గొప్పవిగా ఉండాలి.

కానీ ఇంద్రుడు పట్టించుకోకుండా ఆ పువ్వును అడవికి వెళ్లిన తనకు ఇష్టమైన ఏనుగు ఐరావత్ తలపై విసిరాడు. గణేష్ భుజాల మీద తల పెట్టిన ఏనుగు ఇదే!" మరొక కథ శివుడు ఎందుకు గమ్యం పొందుతాడో చెబుతుందలాంటి కొడుకు ఉన్నాడు. ఒకప్పుడు శివుడు చంపడానికి ప్రయత్నించినట్లు ఈ పురాణం నమోదు చేసింది కొన్ని రాక్షసులు, సూర్యుడిని తన త్రిశూలంతో కొట్టి, ఆ మహాదేవుడిని తన రథం నుండి పడి స్పృహ కోల్పోయాడు.

కాంతి మరియు మహిమగల ఈ దేవుని పతనానికి దేవతలందరూ భయపడ్డారు. సూర్యుని తండ్రి అయిన కశ్యపు ఋషి తన ప్రియమైన కుమారుడి పతనం గురించి విన్నప్పుడు, అతను తన కొడుకు తల నరికివేయబడతాడని శివుడిని శపించాడు. శివుడు సూర్యుడిని పునరుజ్జీవింపజేసినప్పటికీ, శాపం మిగిలిపోయింది, ఇది గణేష్ తల కోల్పోవడంలో దాని ప్రభావాన్ని చూపింది. మరొక పురాణం ప్రకారం, పార్వతికి కుమారుడిని చేయడానికి గణేశుడిని శివుడు ఒక గుడ్డ ముక్క నుండి మాయాజాలం చేసాడు. వెయ్యి సంవత్సరాల తర్వాత కూడా శివుడు మరియు పార్వతికి కుమారుడు కలగనప్పుడు, ఒక సాధారణ మహిళ వలె, ఈ కారణంగా, శివుడు మరియు పార్వతి చాలా విచారంగా ఉన్నారని చెబుతారు. శివుడు తన భార్యను అమితంగా ప్రేమించాడు మరియు అతను తన జీవిత భాగస్వామి యొక్క ఈ దుఃఖాన్ని తట్టుకోలేకపోయాడు.

కాబట్టి, అతను ఒక కొడుకును పుట్టించాలని నిర్ణయించుకున్నాడు.గుడ్డ ముక్క తరువాత, పార్వతిని శాంతింపజేయడానికి శివుడు స్వయంగా శిరచ్ఛేదం ద్వారా బాలుడి మరణాన్ని తీసుకువచ్చాడు. అతను కొత్త తల కనుగొనేందుకు దేవతలను పిలిచాడు. చాలా శోధించిన తరువాత, వారు అతని శరీరం నుండి కత్తిరించినప్పుడు దంతాన్ని విరిగిన ఏనుగు తలని అతనికి ఇచ్చారు. సాధారణంగా గణేష్ తల ఎప్పుడూ ఒకే దంతాన్ని కలిగి ఉన్నట్లు చూపబడుతుంది, అయితే కొన్ని అపోక్రిఫాల్ ఖాతాలు అతనికి సాధారణ రెండు దంతాల తల ఉన్నట్లు సూచిస్తాయి.

పరశురాముడితో గణేశుడు చేసిన పోరాటంలో ఒక దంతము విరిగిపోయింది. ఒకప్పుడు పరశురాముడు-విష్ణువు యొక్క మరొక అవతారం మరియు అతని శీఘ్ర కోపానికి ప్రసిద్ధి చెందాడు మరియు గొడ్డలి గణేష్ తండ్రి అయిన శివుడిని సందర్శించడానికి వచ్చాడని చెబుతారు. శివుడు నిద్రిస్తున్నందున గణేష్ పరశురామ్‌ను దాటనివ్వలేదు మరియు వారు పోరాడారు. ఆ పోరాటంలో

గణేష్ తన శరీరానికి పరశురాం శరీరం చుట్టూ చుట్టి, అతనిని గుండ్రంగా తిప్పి, దూరంగా విసిరేశాడు. పరశురాముడు నేలమీద పడిన క్షణంలోనే స్పృహ కోల్పోయాడు. పరశురాం స్పృహలోకి రాగానే గణేష్‌పై గొడ్డలి విసిరాడు. ఈ గొడ్డలి ప్రసిద్ధి చెందింది, ఎందుకంటే ఇది పరమశివుడే స్వయంగా పరశురాముడికి ఇవ్వబడింది మరియు దానిని గుర్తించింది. గణేష్ పాడలేకపోయాడు . దానికి వ్యతిరేకంగా కానీ అతను దానిని తన ఒక దంతంపై పడేలా చేసాడు, దానిని కత్తిరించాడు. ఈ విధంగా గణేష్ జన్మ కథలో అనేక ఇతిహాసాలు అల్లబడ్డాయి. వీటిలో అత్యంత జనాదరణ పొందిన మరియు సాధారణంగా ఆమోదించబడిన పురాణం వివరంగా ఇవ్వబడిన మొదటిది.

(ii) గణేష్ వివాహం

గణేశుడు పార్వతి మరియు శివుని చిన్న బిడ్డ మరియు అతని తల్లికి అత్యంత ఇష్టమైనవాడు. గణేష్ అన్నయ్య కరిత్కేయ లేదా స్కంద్ లేదా సుబ్రమణ్యం. కార్తికేయుడు శివుని సంతానం నుండి వచ్చినప్పటికీ, అతని విధ్వంసక కోణాన్ని సూచించినప్పటికీ, గణేశుడు పార్వతి నుండి వచ్చినప్పటికీ, అబ్బాయిలు ఇద్దరూ కలిసి పెరిగారు మరియు అంకితమైన సహచరులు. కాబట్టి అతను మాతృ దేవత యొక్క నిర్మాణాత్మక కోణాన్ని సూచించాడు. ఇద్దరూ న్యూబిల్‌గా మారినప్పుడు, వారి తల్లిదండ్రులు వారి వివాహం కోసం వధువులను వెతకడం ప్రారంభించారు.

శివుడు మరియు పార్వతి తమ కుమారులలో ఎవరిని ముందుగా వివాహం చేసుకోవాలో చర్చించుకున్నారు. వారు నిర్ణయించుకోలేక పోవడంతో వారు అబ్బాయిలను పిలిచి, వారిద్దరినీ సమానంగా ప్రేమిస్తున్నందున, ముందుగా ఎవరిని వివాహం చేసుకోవాలో నిర్ణయించుకోలేమని చెప్పారు. అయితే భూమిని ముందుగా చుట్టేసే వ్యక్తిని ముందుగా వివాహం చేసుకోవాలని వారు సూచించారు. ఇప్పుడు, కార్తికేయ ప్రాతినిధ్యం వహించే మార్టిన్ లక్షణాలను కలిగి ఉన్నాడు.
మార్స్, యుద్ధ దేవుడు. అతని వాహనం నెమలి.

గణేష్ నిశ్చల పనులపై ఎక్కువ ఆసక్తిని కలిగి ఉన్నాడు, బహుశా అతని పరిమాణం మరియు అతను వాహనం కోసం ఎలుకను కలిగి ఉన్నాడు. మొదట భూమిని చుట్టేసేవాడిని మొదట వివాహం చేసుకుంటానని వారి తల్లిదండ్రుల నిర్ణయం గురించి విన్న కార్తికేయుడు వెంటనే ప్రారంభించి, ప్రపంచాన్ని చుట్టివచ్చాడు. గణేష్ ఏమి చేయగలనని ఆలోచిస్తూ ఇంట్లోనే ఉన్నాడు, ఎందుకంటే అతని పరిమాణం మరియు అతని చిన్న వాహనం కారణంగా, అతను తన సోదరుడిని రేసులో ఓడించలేనని అతనికి తెలుసు.

కాబట్టి, శరీరాకృతి ఒక ప్రతిబంధకాన్ని సృష్టించిన చోట, అతను తన పాయింట్‌ను గెలవడానికి తన మనస్సును ఉపయోగించాడు. సమస్య గురించి ఆలోచిస్తూ అతను అద్భుతమైన పరిష్కారాన్ని సాధించాడు. అతను ఉత్సవ స్నానం చేసి, తన తల్లిదండ్రులను పూజించేటప్పుడు వారి సింహాసనంపై కూర్చోమని కోరాడు. అతను వారి చుట్టూ ఏడుసార్లు వెళ్ళి, వారి కీర్తిని పాడాడు. అనంతరం తన పెళ్లికి

ఏర్పాట్లు చేయాలని తల్లిదండ్రులను అభ్యర్థించాడు.కానీ శివుడు మరియు పార్వతి అతను మొదట భూమి చుట్టూ తిరగాలని అతనికి గుర్తు చేశారు మరియు అతను త్వరగా తిరిగి రావడానికి త్వరగా వెళ్ళమని సలహా ఇచ్చారు. కానీ తెలివైన గణేష్ ఇలా సమాధానమిచ్చాడు: "ఓ అయ్యా! నేను భూమిని చుట్టుముట్టాను. కొడుకును ఈ ప్రపంచానికి తీసుకువచ్చే తల్లిదండ్రులు నిజంగా కొడుకు కోసం ప్రపంచం మొత్తం అని గ్రంథాలు చెబుతున్నాయి.

తల్లిదండ్రులను చుట్టుముట్టడం తీర్థయాత్రతో సమానం. భూమిని చుట్టుముడుతుంది.కానీ, మరోవైపు ఎవరైనా భూమిని చుట్టుముట్టడానికి లేదా తీర్థయాత్రకు వెళ్లడానికి తన తల్లిదండ్రులను గమనించకుండా వదిలేస్తే, అతను నేరానికి పాల్పడతాడు, కాబట్టి మీరు నా పెళ్లికి ఏర్పాట్లు చేసి, అన్నయ్యను శిక్షించడానికి సిద్ధం కావాలి అతను ఇంటికి తిరిగి వస్తాడు."శివుడు మరియు పార్వతి దేవి ఈ వాదనను కత్తిరించలేనిదిగా భావించారు. వారు తమ తెలివైన కుమారుడు చెప్పిన దాంట్లో నిజాన్ని చూసి, ప్రజాపతి కుమార్తెలిద్దరికీ అతని వివాహం జరిపించారు. [ప్రజాపతి అంటే ప్రజల రక్షకుడు అని అర్థం. ఇది ప్రజా లేదా ప్రజల పట్ల శ్రద్ధ వహించడానికి సృష్టించబడిన పౌరాణిక ఉనికి. ప్రజా-పతిని జీవుల ప్రభువు అని కూడా అంటారు.]

అతనికి 'రిద్ధి' (శ్రేయస్సు లేదా ఐశ్వర్యం) మరియు 'సిద్ధి' (సాధించడం లేదా నైపుణ్యం) అనే ఇద్దరు కుమార్తెలు ఉన్నారు. కుమార్తెలిద్దరికీ గణేష్‌తో వివాహమైంది. దేవతలందరూ ఆ వేడుకకు వచ్చారు

1. కొన్ని పురాణ కథనాలు గణేష్ భార్య పేరును 'బుద్ధి' (జ్ఞానం) మరియు సిద్ధి అని సూచిస్తాయి. విశ్వ-కర్మ (ప్రపంచ వాస్తుశిల్పి) చేత నిర్వహించబడింది. సమయానికి ఇద్దరు కొడుకులు పుట్టారు. సిద్ధుడి కుమారుడిని క్షేమ (సంక్షేమం) అని, రిద్ధిని లాభ్ (లాభం) అని పిలుస్తారు.

ఒకరోజు పెద్ద కొడుకు కార్తికేయుడు భూమిని ప్రదక్షిణ చేసి తిరిగి వచ్చే వరకు అందరూ సంతోషంగా ఉన్నారు. తన ఇంటి దగ్గరికి రాగానే నారదుని కలిశాడు. అతను కార్తికేయ లేనప్పుడు జరిగినదంతా చెప్పాడు మరియు శాంతి మరియు న్యాయాన్ని కోరుకునే తెలివైన వ్యక్తి "తనను తీవ్రంగా తప్పుపట్టిన వారి ముఖం వైపు" చూడడు కాబట్టి, మళ్లీ బయలుదేరమని సలహా ఇచ్చాడు.

కార్తికేయ సలహా తీసుకున్నాడు మరియు వారు తనకు చాలా అన్యాయం చేశారని తన తల్లిదండ్రులకు చెప్పి, వదిలిపెట్టి, లోతైన దక్షిణాన ఉన్న క్రౌంచ పర్వతం (హెరాన్) అనే పర్వతానికి వెళ్లాడు. తల్లిదండ్రుల చేతిలో మోసపోయామని తీవ్ర ఆవేదన వ్యక్తం చేశాడు.పార్వతి తన పెద్ద కొడుకు స్వీయ బహిష్కరణ గురించి విన్నప్పుడు, ఆమె చాలా బాధపడింది. గణేష్ వారికి ఇష్టమైన కొడుకు అయినప్పటికీ, ఆమె కార్తికేయకు తల్లి కూడా.

ఆమె శాంతించలేనప్పుడు, ఆమెను సంతృప్తి పరచడానికి, శివుడు తనలో కొంత భాగాన్ని ఆ పర్వతంలో నివసించడానికి పంపాడు మరియు వారిద్దరూ తమ కుమారుడిని సందర్శించారు. అయితే దేవతలందరూ తనను అక్కడే ఉండమని వేడుకున్నప్పటికీ కార్తికేయుడు కోపంతో దూరంగా

వెళ్లిపోయాడు. అప్పటి నుండి, శివుడు అమావాస్య రోజున మరియు పౌర్ణమి రోజున పర్వాయిని దర్శించుకుంటాడు.

(iii) లేఖకుల ప్రభువుగా గణేష్

గణేష్ అన్నింటిలో నైపుణ్యం సాధించిన గొప్ప లేఖకుడిగా అభివర్ణించారు మతపరమైన కథలు మరియు గ్రంథాలు. ఇది అతను ద్వారా ఆవాహన చేయబడ్డాడు .ఋషిచే నిర్దేశించబడినట్లు "మహాభారతం" వ్రాయడానికి గొప్ప ఋషి వేదవ్యాస్.సంబంధిత పురాణం క్రింది విధంగా ఉంది: మహా ఋషి వేదవ్యాస్ భూమిపై రాక్షస ధోరణుల కారణంగా పవిత్ర వేదాల ఉనికి గురించి ఆందోళన చెందాడు. ప్రజలు తమ సౌలభ్యం ప్రకారం వేదాలను అర్థం చేసుకోవడం ప్రారంభించారు వేదాలను పరిరక్షించడానికి మరియు వాటి పవిత్రతను కాపాడుకోవడానికి, వేదవ్యాసుల ఋషి మొత్తం జ్ఞానాన్ని ఒకే సంకలనం క్రిందకు తీసుకురావాలని భావించారు.

ఈ ఉద్దేశ్యంతో అతను మానసికంగా "మహాభారతం" సృష్టించడం ప్రారంభించాడు-కౌరవులు మరియు పాండవుల మధ్య జరిగిన పోరాటానికి సంబంధించిన ప్రాథమిక కథాంశంతో, పురాతన అభ్యాసాల సారాంశంతో అనేక అల్లిన కథలు ఉన్నాయి. వేదవ్యాస్ తన శ్లోకాలను మానసికంగా కంపోజ్ చేస్తూనే ఉన్నాడు మరియు ప్రక్రియ పూర్తయినప్పుడు, అతను తన కూర్పును పుస్తక రూపంలో తీసుకురావాలనుకున్నాడు-చాలా బాగా వ్రాసాడు. ఇప్పుడు లక్ష కంటే ఎక్కువ శ్లోకాలను కలిగి ఉన్న సంకలనాన్ని వ్రాయడానికి , మరో సమస్యను సృష్టించాడు. ఋషి తనచే నిర్దేశించబడిన దీనిని వ్రాయగల నిపుణుడైన లేఖరిని కోరుకున్నాడు.

అతను కోరుకున్న లేఖరిని పొందలేనప్పుడు, అతను సృష్టికర్త అయిన బ్రహ్మను ఆరాధించాడు. సృష్టికర్త అతని ముందు ప్రత్యక్షమైనప్పుడు, ఋషి ఇలా అభ్యర్థించాడు: "ఓ ప్రభూ, నేను మానసికంగా మన జ్ఞానమంతా ఒక సంగ్రహాన్ని సృష్టించాను. అందులో లేనిది మానవాళికి ఉపయోగపడదు మరియు దానిలో లేనిది ఏది కాదు. మరెక్కడైనా దొరుకుతుంది. ఇప్పుడు నాకు అది వ్రాయగలిగే మంచి రచయిత కావాలి. మొత్తం సంకలనాన్ని నేను నిర్దేశిస్తాను. అటువంటి సమర్థుడైన రచయితను నాకు పొందమని నేను మిమ్మల్ని అభ్యర్థిస్తున్నాను." "నా కొడుకు." సృష్టికర్త సమాధానమిచ్చాడు. "మా జ్ఞానాన్నంతా ఒకే 'గ్రంథ'లో పెట్టాలని మీరు నిర్ణయించుకున్నందుకు నేను సంతోషిస్తున్నాను. ఈ పనిని నెరవేర్చడానికి గణేష్ భగవంతుడు మాత్రమే సమర్థుడు.

మీ కోసం అలా చేయమని మీరు ఆయనను ప్రార్థించాలి." ఈ సలహాను స్వీకరించి, ఋషి తన ఆసనంలో కూర్చుని ఆవాహన చేయడం ప్రారంభించాడ .లార్డ్ గణేష్. త్రికరణ శుద్ధిగా అతని ముందు ప్రత్యక్షమయ్యాడు. వేదవ్యాస్ భగవానుడికి తన సమస్యను వివరించినప్పుడు, రెండోవాడు ఇలా

అన్నాడు: "ఓ మహానుభావుడా, చింతించకు, నేను మీ కోసం చేస్తాను. కానీ ఒక షరతు మీద! నేను రాయడం ప్రారంభించిన తర్వాత, నా కలం ఒక్క క్షణం కూడా ఆగదు. నాన్‌స్టాప్‌గా డిక్టేట్ చేయగలను అప్పుడు మీ సౌలభ్యం కోసం నేను ఈ అసైన్‌మెంట్‌ని తీసుకోగలను."

ఈ పరిస్థితికి వేదవ్యాస్ కొంత కలత చెందాడు. 'గ్రంథం' మొత్తం తన స్మృతిలో ఉన్నప్పటికీ, దానిని నిర్దేశిస్తూనే దాన్ని సవరించాలని అనుకున్నాడు. అలాంటప్పుడు అతను నాన్ స్టాప్ గా డిక్టేట్ చేయలేడు. కానీ సమస్య గురించి ఆలోచిస్తూ.అతను ఒక పరిష్కారాన్ని పొందాడు మరియు అతను భగవంతుడిని ఇలా అభ్యర్థించాడు: "సరే. ప్రభూ. నేను మీ షరతును అంగీకరిస్తున్నాను. కానీ మీరు నా మరో అభ్యర్థనను అంగీకరించాలి.

మీరు అర్థం చేసుకోకుండా ఏమీ వ్రాయవద్దు. నేను నిర్దేశించిన శ్లోకాల అర్థం." "అయితే సరే!" భగవంతుడు, "నేను దాని సరైన అర్థం చేసుకోకుండా ఏమీ వ్రాయను." ఆపై వేదవ్యాస్ ఋషి తన "మహాభారతాన్ని" నిర్దేశించడం ప్రారంభించాడు మరియు గణేష్ దానిని వ్రాయడం ప్రారంభించాడు. కొత్త శ్లోకాలను రూపొందించడానికి ఎక్కువ సమయం పొందడానికి ఋషి కూట్-శ్లోకం అని పిలిచే చాలా కఠినమైన శ్లోకాలను నిర్దేశించేవాడు. వీటిలో అసలు అర్థాన్ని పొందలేకపోయారు

2. కూట్ అంటే కొండ లేదా కుప్ప అని అర్థం. తర్వాత అది అసలు అర్థాన్ని దాచిపెట్టే కవచంగా మారింది. అందుకే 'కూట్' అంటే కుప్ప కింద దాగినది. స్పష్టంగా లేదా స్పష్టంగా కనిపించని లేదా బహుళ అర్థాలు లేదా వివరణలను కలిగి ఉండేవి. ఇక్కడ కూట్ అంటే ఒక విధమైన పజిల్ రూపంలో ఉన్నందున అర్థం సులభంగా అర్థం చేసుకోలేని ఋషి యొక్క కఠినమైన కూర్పులను సూచిస్తుంది , సులభంగా.

   వివిధ కున్‌లు మరియు పద-నాటకాల ద్వారా కూడా మెలికలు తిరిగిపోతాయి . గణేశ భగవానుడు వాటి అసలు అర్థాన్ని అర్థం చేసుకోవడానికి కొంత సమయం తీసుకున్నాడు, ఆ సమయంలో ఋషి అనేక ఇతర శ్లోకాలను సృష్టించాడు, తద్వారా అతని డిక్టేషన్ ప్రవాహం ఎప్పుడూ ఆగలేదు. ఇది పూర్తిగా వ్రాయబడినప్పుడు, వేదవ్యాస్‌ను ఆశీర్వదించిన తర్వాత గణేష్ వెళ్లిపోయాడు: "ఋషి, మీ ఈ గ్రంథం ఎప్పటికీ నాశనం చేయబడదు మరియు కాలంతో పాటు దాని ప్రాముఖ్యత ప్రకాశిస్తుంది." నిజానికి, ఇది పురాతన అభ్యాసంపై అత్యంత సమయం-పరీక్షించిన గ్రంథం ఇది ఎప్పుడూ సంబంధితంగా మరియు ముఖ్యమైనదిగా కనిపిస్తుంది.

(iv) త్రిపూర్ విధ్వంసంలో గణేస్ పాత్ర

తారక్ అనే ఘోరమైన రాక్షసుడిని సంహరించడానికి ఖగోళ శక్తుల వల్ల స్కంద సృష్టి జరిగిందని శివ-పురాణం నమోదు చేసింది. రాక్షసుడిని సంహరించిన తరువాత, అతని ముగ్గురు కుమారులు

తారకాక్ష, విద్యున్మాలి మరియు కమలాక్షలు అత్యున్నత బలాన్ని పొందేందుకు ఆశ్రయం కోల్పోయారు. ముగ్గురూ బ్రహ్మదేవుడిని ప్రసన్నం చేసుకోవడానికి కఠినమైన తపస్సు చేయడం ప్రారంభించారు, చివరికి వారి ముందు కనిపించాడు: "మీ వరం అడగండి!" సృష్టికర్త అన్నాడు.

అప్పుడు వారు శివుడు తప్ప మరెవరిచేత చంపబడకూడదని వరం అడిగారు మరియు తమ తండ్రి మరణంతో తమకు ఆశ్రయం లేకుండా పోయినందున తమకు మూడు మంచి నగరాలను మంజూరు చేయమని సృష్టికర్తను అభ్యర్థించారు. అప్పుడు బ్రహ్మ రాక్షసుల వాస్తుశిల్పి అయిన మాయా దానవుని తారకాసురుని ఒక కొడుకు కోసం ఒక్కొక్కటి మూడు అందమైన నగరాలను సృష్టించమని కోరాడు. "తర్వాత అతను తారకాక్ష కోసం బంగారం, విద్యున్మాలి కోసం వెండి మరియు కమలాక్ష కోసం ఇనుముతో ఒక నగరాన్ని తయారు చేశాడు.

కానీ త్వరలోనే వారు దేవతలను ఇబ్బంది పెట్టేంత శక్తివంతులయ్యారు. వారు శివుడిని – వారి శత్రువైన విష్ణువును ప్రసన్నం చేసుకున్నప్పటికీ. దేవతల ప్రయోజనం ఎంత గందరగోళాన్ని సృష్టించింది, చివరికి శివుడు ముగ్గురు రాక్షసులను సంహరించడానికి మరియు వారి మూడు నగరాలను కలిపి త్రిపూర్ అని పిలుస్తారు.కానీ ఆ క్షణంలో శివుడు తన దృఢమైన మరియు ప్రఖ్యాత విల్లుపై తన ఘోరమైన బాణాన్ని వేశాడు మరియు లక్ష్యం తీసుకున్నాడు. , గణేష్ దగ్గరగా నిలబడి, అతను తన తండ్రి మరియు స్వర్గస్తుల యొక్క గొప్ప దుఃఖానికి మధ్యలో ఒక అడ్డంకిని సృష్టించాడు. శివుడు ఆగ్రహించాడు- అతను అలా ఎందుకు చేసాడు అని దేవతలు అడిగినప్పుడు, గణేశుడు ఇలా సమాధానమిచ్చాడు:

"మీరందరూ మాట ఇచ్చినప్పటికీ అమ్మా, మీరెవరూ దానిని ఉంచుకోవడం లేదు. మా నాన్న కూడా దాని గురించి జాగ్రత్తగా ఉండరు. మీరందరూ నా తల్లికి వాగ్దానం చేసారు, ఎల్లప్పుడూ నేనే మొదట పూజించాలి. కానీ మీరెవరూ మీ మాటను పట్టించుకోవడం లేదని నేను గుర్తించాను. నా తల్లికి మీరు చేసిన వాగ్దానాన్ని మీ అందరికీ గుర్తు చేయడానికి నేను ఈ అడ్డంకిని సృష్టించాను." దేవతలు తమ తప్పును గ్రహించి అక్కడ గణేశుడిని పూజించారు. అప్పటి నుండి, గణేశుడిని భక్తితో కాకుండా, అడ్డంకులు సృష్టించే అపరిమితమైన సామర్థ్యానికి భయపడి భగవంతుడిని పూజించడం ఒక ప్రామాణిక పద్ధతి. అందువల్ల అతని సారాంశం ఒకటి విఘ్నేశ్వరుడు లేదా అన్ని అడ్డంకులకు అధిపతి.

(V) గణేష్ పేరు

లార్డ్ గణేష్ హిందూ పాంథియోన్ యొక్క అత్యంత ఇష్టపడే లార్డ్ మరియు అతను మొదట పూజిస్తే తప్ప ఏ ఆరాధన విలువైనదిగా భావించబడదు. ఇదివరకే చెప్పినట్లుగా తన తల్లి పార్వతి దేవతలందరి నుండి పొందిన వరం ప్రభావం వల్లనే. దేవుడికి పన్నెండు పేర్లు ఉన్నాయి, అవి ఒకదానితో ప్రస్తావించబడ్డాయి వాటి అర్థాల కోసం వివరణాత్మక గమనిక.

1. గణపతి లేదా గణాధిపతి లేదా గణేష్: మూడింటికి అర్థం . సమూహం యొక్క ప్రభువు లేదా యజమాని. గణ అంటే 'ఒక మంద, సమూహం, సమూహం, దళం, సేకరణ'. ఈ సందర్భంలో అంటే శివుని అనుచరులుగా ఉన్న అనుచరులు లేదా పరిచారకులు లేదా దేవతల సమూహం. గణేష్ అంటే అలాంటి సమూహానికి అధిపతి. అలాగే, ఆరాధనకు అన్ని దేవుళ్ళలో అతను ఎల్లప్పుడూ ఆరాధించబడతాడు కాబట్టి, అతను అన్ని దేవతలకు అధిపతిగా పరిగణించబడతాడు. ఏది ఏమైనప్పటికీ, ఈ "గణేష్" అనే పదం నుండి ఉద్భవించిన సాధారణ అర్థం "సంఖ్యాకుల ప్రభువు", అంటే అన్ని విషయాలకు ప్రభువు, ఎవరి కోసం మనం మాట్లాడతామో వాటి గురించి మాట్లాడుతున్నాము- దానితో మనం వ్యవహరించే విభిన్నమైన అంశాలు. వీటిని లెక్కించవచ్చు లేదా లెక్కించవచ్చు.

3. ఉమాపుత్ర: అంటే ఉమ లేదా పార్వతి కుమారుడు. 3. హేరంబ: గణేష్ అనే పదానికి 'అమ్మ' అనే అర్థం కూడా ఉంది పెంపుడు జంతువు."

4. వినాయక్: దీనికి ప్రత్యేక నాయకుడు లేదా ప్రత్యేక లక్షణాలు ఉన్న నాయకుడు అని కూడా అర్థం. 5. గజానన: అంటే ఏనుగు ముఖం లేదా ముఖం కలిగి ఉండటం

5. సర్వ-సిద్ధాంత: అంటే ప్రతిదీ చేయగల సామర్థ్యం సాధ్యం లేదా ప్రతి సిద్ధిని అందించగల సమర్థుడు (ప్రవీణత) అతని ఆరాధకునికి.

6. ఏకదంత: అంటే ఒక దంతము. గణేష్ యొక్క ఈ సారాంశం అతను మొదట రెండు దంతాలను కలిగి ఉన్నాడని చెప్పే పురాణాన్ని తప్పుపట్టింది పరశురామునితో చేసిన పోరాటంలో ఏనుగు ముఖం మరియు అతని ఒక దంతము విరిగిపోయింది. పురాతన రచనలలో కూడా ఈ సారాంశం కనిపిస్తుంది.

7. లంబోదర: పొడవాటి లేదా భారీ బొడ్డు ఉన్నవాడు అని అర్థం.

8. ముసిక్వాహన్: అంటే ఎలుకను తన ఇష్టమైన వాహనంగా కలిగి ఉన్నవాడు.

9. వక్రతుండ: వంకరగా ఉన్న వాడు.

10. విఘ్నేశ్వరుడు: అన్ని అడ్డంకులకు ప్రభువు (వివరమైన వివరణ కోసం ముందుకు చూడండి)

11. కృష్ణపింగాక్ష : అంటే నలుపు మరియు పసుపు గోధుమ రంగు కన్నులు కలవాడు. చాలా పేర్లు ఉన్నప్పటికీ, ఇవి ఒకప్పుడు ప్రసిద్ధి చెందాయి. నిజానికి ఈ పేర్లన్నీ దేవుడి శరీరం యొక్క ముఖ్య లక్షణాలను సూచిస్తాయి.అంతగా తెలియని ఇతర పేర్లు కపిల్, గజకర్ణ,

12. వికాట్, ధోమ్రవర్ణ మరియు భాలచంద్ర, చివరి పేరు తండ్రి మరియు కొడుకు ఇద్దరికీ సాధారణం, అంటే. లార్డ్ శివుడు మరియు గణేష్, ఇద్దరూ చంద్రుడు వారి నుదిటిపై తిరిగి ఉన్నట్లు వర్ణించబడింది. ప్రతి చాంద్రమానం యొక్క ప్రకాశవంతమైన అర్ధభాగంలోని నాల్గవ రోజు గణేష్, మాఘం (జనవరి 15 నుండి ఫిబ్రవరి 15 వరకు), భాద్రపదం (ఆగస్ట్ – సెప్టెంబర్) మరియు వైశాఖ పౌర్ణమి రోజు అని నమ్ముతారు. గణేష్ ఆరాధనకు ప్రత్యేక రోజులుగా జరుపుకుంటారు.

15. కార్తికేయకు సంబంధించిన కథలు

కార్తికేయ జన్మ దేవతలకు ఎందుకు అవసరం మునుపటి పేజీలలో ఇప్పటికే వివరాలు ఇవ్వబడ్డాయి. ఇక్కడ తప్పిపోయిన సంఘటనలు మాత్రమే వివరించబడతాయి. పార్వతితో శివ వివాహం జరిగిన తరువాత, కొత్తగా పెళ్లయిన జంట హిమవంత్ వద్ద కొంతకాలం ఉన్నారు. అప్పుడు శివుడు మరియు ఉమ (పార్వతి) దారిలో ఉన్న అనేక పర్వత శిఖరాలను సందర్శిస్తూ కైలాసానికి బయలుదేరారు. సమయం ఉల్లాసంగా గడిచిపోయింది. ఇంతలో, శాశ్వతమైన జంట యొక్క దాదాపు అంతం లేని "హనీ మూన్" చూసి దేవతలు భయాందోళనకు గురయ్యారు. దేవతలు శివుని ప్రేమను ఆపి కొడుకును పుట్టించడం ద్వారా తమ అవసరాలను తీర్చమని అభ్యర్థించారు. శివుడు చివరికి అంగీకరించాడు, కానీ ఏమి చేయాలో వారిని అడిగాడు.

విసర్జించిన విత్తనంతో.. భగవంతుడు అగ్నిదేవుడు ఆ విత్తనాన్ని స్వీకరించడానికి వెంటనే అంగీకరించాడు, పావురం రూపంలోకి వచ్చాడు, కానీ అది చాలా శక్తివంతంగా ఉంది, అగ్ని దానిని మోయడంలో విఫలమయ్యాడు, అప్పుడు శివుడు దానిని నాటమని సలహా ఇచ్చాడు. బ్రహ్మ సలహా మేరకు ప్రయాగ (పవిత్ర నదుల పవిత్ర సంగమం)లోని పవిత్ర తీర్థంలో స్నానం చేసి, అక్కడ పవిత్ర ఋషుల ఆరుగురు భార్యల గర్భాలలో దానిని నాటాడు. వారి చర్మ రంధ్రాలు గంగానదికి మధ్యంతర భాండాగారంగా ఉన్నాయి.కానీ విత్తనం యొక్క వేడిని తట్టుకోలేక ఆమె దానిని కృతికుల (పవిత్ర ఋషుల భార్యలు) గర్భాలలోకి మార్చింది.

ఆ ఆరుగురు భార్యలు గర్భవతి అయ్యారు మరియు వారి వ్యభిచార ఆరోపణతో భర్తలు వారిని విడిచిపెట్టారు. వారందరూ హిమాలయాలలో నివసించడం ప్రారంభించారు. గడువు వద్ద వారందరికీ ప్రసవించిన సమయం మరియు ప్రతి ఒక్కరూ పిండాన్ని తిరిగి గంగా నదిలోకి విసిరారు. గంగ కూడా వారి సమ్మేళన రూపాన్ని భరించలేక రెల్లు అడవిపై విసిరింది. అక్కడ చాంద్రమాన మాసం యొక్క ప్రకాశవంతమైన సగం యొక్క ఆరవ రోజున శివుని కుమారుడు మార్గశీర్ష ఉనికిలోకి వచ్చింది. అతను ఆరు గర్భాల ఉత్పత్తి కాబట్టి అతనికి ఆరు ముఖాలు ఉన్నాయి.

అందుకే అతని పేరు షదనన్ లేదా ఆరు ముఖాలు. కార్తికేయ, స్కంద, మురుగన్ మరియు సుబ్రమణ్యం వంటి అనేక పేర్లతో ఆయనను పిలుస్తారు. త్వరలో ఈ వార్త దేవతలకు అత్యంత ఆనందాన్ని కలిగించేలా ప్రపంచమంతటా వ్యాపించింది. ఇంతలో శివకు ఈ వార్తల గురించి తెలియదు. ఒకసార ఉమ అతనిని అగ్నికి ఇచ్చిన తన విత్తనం గురించి అడిగింది.

"అది వృధా అయిందా?" ఆమె అడిగింది. అప్పుడు శివుడు కార్తికేయ జన్మ గురించి అడిగి తెలుసుకున్నాడు. కృతికాస్ అనే దైవిక స్త్రీ అస్తిత్వం ద్వారా ప్రోత్సహించబడిన పిల్లవాడు నివసించే పర్వతానికి వారు వెంటనే మరమ్మతులు చేశారు. వారు అతని పెంపుడు తల్లి కాబట్టి అతను "కృత్తికల" అనే అర్థాన్నిచ్చే కార్తికేయ అనే పేరును సంపాదించాడు. వెంటనే ఉమ, శివ అక్కడికి చేరుకుని తమ

కుమారుడిని కలవడం పట్ల సంతోషం వ్యక్తం చేశారు. అప్పుడు వారు తమ కుమారుడిని ప్రేమగా కైలాష్‌కు తీసుకెళ్లారు. తన కడుపులోంచి బిడ్డను పుట్టి తల్లి అయినందుకు సంతోషం లేకుండా పోయినందుకు ఉమ బాధపడింది. ఆమె శివుని బీజాన్ని పొందాలనే దేవతల పథకం గురించి తెలుసుకున్నప్పుడు, ఆమె దైవిక స్త్రీలందరినీ వారు ఎప్పటికీ బిడ్డను పుట్టించలేరని శపించింది. కార్తికేయ తగిన సమయంలో యువకుడిగా ఎదిగాడు.

యువకులు ఇప్పుడు తారకాసురునితో పోరాడగలరా అని ఇంద్రుడు మరియు ఇతర దేవతలు శివుడిని సంప్రదించారు. శివుడు అంగీకరించి కార్తికేవాను నియమించాడు. దైవిక శక్తులకు అధిపతి మరియు కార్తికేయుడు దేవతలతో కలిసి ఇంద్రుని స్వర్గపు నగరానికి వెళ్ళాడు. ఇంద్రుని రాజధాని అమరావతికి వెళుతున్నప్పుడు అతనికి జరిగిన నష్టాన్ని చూసిన వివిధ దేవతలు అతనికి ఉత్తమమైన దివ్య ఆయుధాలను అందించారు.తారక్ ద్వారా మరియు చాలా కోపంగా మారింది, గొడవ కోసం ఇప్పుడు దురద. యుద్ధానికి సన్నాహాలు ప్రారంభించారు.

దేవతలు వారి వాహనాలపై, కార్తికేయ నెమలిపై ప్రయాణించారు, దానిని అతను తనకు ఇష్టమైన పర్వతంగా ఎంచుకున్నాడు. ఇంద్రుడు తన ఏనుగు ఐరావతం మీద, అగ్ని ఒక పొట్టేలు మీద, యమ ఒక గేదె మీద మరియు వరుణుడు డాల్ఫిన్ మీద వచ్చారు. ఈ వింత శ్రేణి తారక దళాలలో భయాందోళనలకు గురిచేసింది మరియు అతని సైనికులు వెంటనే విరమించుకోవాలని కోరుకున్నారు. కానీ తారక మాత్రం కత్తిని ఝుళిపించి ధిక్కారంతో నవ్వుతూ యుద్ధానికి దిగాడు.

తారక తన మంత్ర ఆయుధాలతో దేవతలను నాశనం చేయడానికి ప్రయత్నించే వరకు ఇరువైపులా నిజమైన విజయం లేకుండా పోరాటం చాలా కాలం కొనసాగింది. అప్పుడు కార్తికేయ వారిని రక్షించడానికి వెళ్ళాడు మరియు ఇద్దరు నాయకుల మధ్య ద్వంద్వ యుద్ధం ప్రారంభమైంది. తారక తన మాయాజాలం అంతా ప్రయోగించాడు .

అతను అగ్ని దేవుడు మరియు వాయుదేవుని నుండి ఆయుధాలను కలిగి ఉన్నాడు, అయితే కార్తికేయ వీటిని తటస్థీకరించాడు మరియు చివరికి అతని లాన్స్‌ను రాక్షసుడిలోకి నెట్టి చంపాడు. తారకుడిని సంహరించి, కార్తికేయుని కోసం అతను జన్మించిన కార్యాన్ని నెరవేర్చిన వెంటనే నాయకుడిగా లేదా దైవిక శక్తులకు అధిపతిగా కీర్తించబడ్డాడు.

కార్తికేవ తారకుడిని సంహరించిన తరువాత, అతని కీర్తి చాలా దూరం వ్యాపించిందని ఈ పురాణాలలో పేర్కొనబడింది. , చాలా మంది రాజులు మరియు దేవతలు తమ శత్రువులను చంపినందుకు అతని వద్దకు వచ్చేలా చేసారు. ఒకప్పుడు క్రోంచా (హెరాన్) పర్వతం నుండి ఒక రాజు ఉండేవాడు, అతను బాణాసురుని నిరంతరం ఇబ్బంది పెట్టాడు.

దైవిక సేనాధిపతి సులభంగా చేసిన ఆ రాక్షసుడిని చంపమని కార్తికేయుడిని అభ్యర్థించడానికి అతను వచ్చాడు. కార్తికేయను మార్స్ లేదా యుద్ధ దేవుడు కూడా సూచిస్తారు. అతని పర్వతం నెమలి

మరియు ఆసనం క్రౌంచ పర్వతం. అతను బాణాసురుడిని చంపడానికి వెళ్ళినప్పుడు అతను పర్వతాన్ని చాలా ఇష్టపడ్డాడు మరియు అతని తల్లిదండ్రులతో గొడవ తర్వాత దాదాపుగా పరిష్కరించుకున్నాడు. తల్లిదండ్రులు తన తమ్ముడు గణేష్ పట్ల పక్షపాతం చూపిస్తున్నారని గుర్తించినప్పుడు అతను అసంతృప్తి చెందాడు.

శివుడు మరియు పార్వతి తమ ఇద్దరు కుమారులు యుక్తవయస్సుకు రావడం చూసినప్పుడు, ముందుగా ఎవరి వివాహం జరగాలని వారు చర్చించుకున్నారు. కార్తికేయ పెద్దవాడు అయినప్పటికీ, అతని శరీరాకృతి కారణంగా గణేష్ ఇద్దరి మధ్య సీనియర్‌గా కనిపించాడు. ఇద్దరు అబ్బాయిలు కలిసి పెరిగారు మరియు అంకితమైన సహచరులు, అయినప్పటికీ కార్తికేయ శివుని విధ్వంసక కోణాన్ని సూచిస్తాడు, శివుని బీజం నుండి జన్మించాడు, పార్వతి శరీరం యొక్క స్కర్ఫ్ నుండి జన్మించిన గణేష్ ఎటర్నల్ పెయిర్ యొక్క నిర్మాణాత్మక కోణాన్ని సూచిస్తాడు.

శివ మరియు పార్వతి తమ కుమారులలో ఎవరిని ముందుగా వివాహం చేసుకోవాలో నిర్ణయించుకోలేక పోయినప్పుడు, వారు అబ్బాయిలను పిలిచి, వారు తమను సమానంగా ప్రేమిస్తున్నందున, ఈ సమస్యను తాము నిర్ణయించుకోలేమని చెప్పారు. అయితే ఈ సమస్యను పరిష్కరించేందుకు ఉదాత్తమైన ప్రణాళికను రూపొందించామని వారు సూచించారు. భూమిని మొదట చుట్టుముట్టేవాడు కూడా మొదటి వివాహం చేసుకుంటాడు.

అన్న షరతుకు గణేష్ అంగీకరించినా.. ఈ పోటీ అతనికి రుచించలేదు. అతని భారీ పరిమాణం మరియు "ఎలుక తన మౌంట్ కారణంగా అతను చక్కటి శరీరాన్ని కలిగి ఉన్న కార్తికేయ మరియు నెమలిని తన మౌంట్‌గా కలిగి ఉన్న కార్తికేయపై పోటీలో గెలుపొందే అవకాశం లేదు .కార్తికేయుడు వెంటనే ప్రారంభించి ప్రపంచాన్ని చుట్టివచ్చినప్పుడు, గణేశుడు అక్కడ ఉన్నాడు. ఏం చెయ్యాలా అని ఆలోచిస్తూ ఇంటికి వెళ్ళాడు.చివరికి అతనికి పరిష్కారం కనిపించింది.అతను కర్మ స్నానం చేసి తనని అడిగాడు.

అతను వారిని పూజించేటప్పుడు తల్లిదండ్రులు వారి సింహాసనాలపై కూర్చోవాలి. తన తల్లిదండ్రులు పోటీ గురించి గుర్తు చేయగా, గణేష్ భూమిని చుట్టుముట్టినట్లు తెలివిగా సమాధానం ఇచ్చాడు. ఎలా అని అడిగినప్పుడు, అతను తీసుకుంటానని బదులిచ్చాడు .

తల్లిదండ్రులు సంతానం కోసం మొత్తం సృష్టిని ఏర్పాటు చేశారనే లేఖనాల వాదన యొక్క ఆశ్రయం. అతను తల్లిదండ్రుల చుట్టూ తిరగడం మొత్తం భూమిని చుట్టుముట్టడానికి సమానం. అతని తల్లిదండ్రులు అతని వాదనను చాలా ఒప్పించిందారని భావించారు మరియు ప్రజా-పతి రద్ధ మరియు సిద్ధి యొక్క ఇద్దరు కుమార్తెలతో అతని వివాహాన్ని ఏర్పాటు చేశారు.

దివ్య వాస్తుశిల్పి విశ్వకర్మచే నిర్వహించబడిన వేడుకకు దేవతలందరూ వచ్చారు. ఇంతలో, కార్తికేయ తన ప్రపంచ పర్యటనలో ఉన్నాడుఅతను గణేష్ వివాహం గురించి తెలుసుకున్నప్పుడు, అతను చాలా బాధపడ్డాడు మరియు క్రౌంచ్ మౌంట్ లోతైన దక్షిణాన ఉన్న మానసిక స్థితిలో విశ్రాంతి తీసుకున్నాడు.

పార్వతి మరియు మహాదేవలు తమ పెద్ద కొడుకు కోపం గురించి తెలుసుకున్నప్పుడు వారు చాలా పశ్చాత్తాపపడ్డారు. అప్పుడు పరవతి, తన విడిపోయిన కొడుకును హాస్యం చేయడానికి తనలో కొంత భాగాన్ని ఆ పర్వతంలో నివసించడానికి పంపాలని నిర్ణయించుకుంది. తరువాత, వేడుక ముగిసిన తర్వాత. వారిద్దరూ కార్తికేయుడిని దర్శించుకున్నారు.

కానీ అతను ఇంకా కోపంతో దూరంగా వెళ్లిపోయాడు. మరియు అప్పటి నుండి, శివుడు అమావాస్య రోజున మరియు పార్వతి పౌర్ణమి రోజున ఆయనను దర్శించుకుంటారని పురాణం చెబుతోంది.

కార్తికేయుడిని స్కంద అని కూడా అంటారు. అతను బాలుడిగా ఉన్నప్పుడు, ఇంద్రుడు తెలియకుండా అతనితో యుద్ధం చేసి ఓడిపోయాడు. ఇంద్రుడు కార్తికేయ శరీరం యొక్క ఎడమ మరియు కుడి మరియు మధ్యలో తన ఉరుములను పాతిపెట్టినప్పుడు, మూడు గాయాల నుండి ముగ్గురు వ్యక్తులు బయటపడ్డారు: "శాఖ". "విశాఖల" మరియు "నిగమ్".

ఈ ముగ్గురి సహాయంతో కార్తికేయ మళ్లీ ఇంద్రుడిని సవాలు చేసినప్పుడు అతను పారిపోయాడు మరియు తరువాత క్షమాపణ చెప్పాడు. అప్పటి నుండి ఈ నలుగురు వ్యక్తులు నిజంగా ఒక వ్యక్తి యొక్క భాగాలను – స్కంద అని పిలుస్తారు. ఆ విధంగా కార్తికేయుడు దేవతలకు సహాయం చేసి యుద్ధానికి దేవుడయ్యాడు. కార్తికేయుడికి చాలా పేర్లు ఉన్నాయి. వాస్తవానికి అతని సారాంశాలలో చాలా వరకు అతని పుట్టుకకు సంబంధించిన పరిస్థితులను సూచిస్తాయి.

శివుడు తన బీజాన్ని మొదట అగ్నిలో వేసినందున, అతన్ని అగ్నిభూ అని పిలుస్తారు. అగ్ని, వేడి గింజలను తట్టుకోలేక దానిని గంగలోకి విసిరినప్పుడు, కార్తికేయుడు గంగపుత్రుడు అని పిలువబడ్డాడు. అప్పుడు ఆ విత్తనం ఆరు కృత్తికాలకు బదిలీ చేయబడింది- వారు గంగలో స్నానం చేయడానికి వెళ్ళినప్పుడు. అందుకే అతని పేరు కార్తికేయ.

అతనికి ఆరు ముఖాలు ఉన్నందున అతన్ని షడనన్ లేదా షడ్రూప అని పిలుస్తారు. అతని పుట్టుక గురించిన మరొక కథనం ప్రకారం, శివుని బీజాన్ని గంగానది శరవణ అనే రెల్లు పొదల్లోకి విసిరింది. అందుకే అతని పేరు శరవణభూ లేదా సరజన్మన్. అతని నివాసం క్రౌంచ్ పర్వతం వద్ద ఉన్నందున అతని పేరు 'క్రౌంచదారణ'గా మారింది. అతను దివ్య సైన్యానికి నాయకత్వం వహించాడు కాబట్టి అతను నాయక్.

అతను తారకను ఓడించడం వలన అతనికి మరో పేరు వచ్చింది: తారకజిత్. అతను తరచుగా మార్స్ లేదా మంగళ్ అని పిలుస్తారు ఎందుకంటే అతను దైవిక శక్తులకు కమాండర్-ఇన్-చీఫ్-మార్స్ లేదా మంగళ్‌కు ఆపాదించబడిన స్థానం. దక్షిణ భారతదేశంలో అతను రెండు అదనపు పేర్లతో కూడా పూజించబడ్డాడు: సుబ్రమణ్య మరియు మురుగన్.

కార్తికకాయ తన నెమలిపై స్వారీ చేస్తాడు మరియు అతనికి ఒక భార్య ఉన్నట్లు వర్ణించబడింది: దేవసేన లేదా వల్లి. అతని చేతుల్లో శక్తి (ఈటె రకం), బాణం, ఖడ్గం, డిస్కస్, పాము, ఆత్మవిశ్వాసం, విల్లు, డాలు, శంఖం, నాగలిని ఒక చేత్తో వరం ("వర్దన్") ఇచ్చే సంజ్ఞతో మరియు మరొకటి భరోసా ఇస్తూ ఉంటాడు. అతని భక్తులు అంటే, అభయ ముద్ర, అతను యుద్ధ దేవుడు మరియు అనేక శైవ దేవాలయాలలో, సంరక్షక దేవతగా పరిగణించబడ్డాడు.

16. జ్యోతిర్లింగ తీర్థాలకు సంబంధించిన కథలు

లింగం అనేది శివుని ప్రతిరూపం. ఇది అక్షరాలా అఫాలస్ అని అర్థం అయినప్పటికీ, శివ్ సందర్భంలో ఇది శివ్ అంటే అన్నింటినీ సూచిస్తుంది. అనేక లింగాలున్నాయి. శివభక్తులు ఏ ప్రదేశంలో సమావేశమవుతారో, అక్కడ శివుడు లింగ రూపంలో కనిపిస్తాడని శివ-పురాణం పేర్కొంది. అన్ని లింగాలలో పన్నెండు జ్యోతిర్లింగాలు ఉన్నాయి, అంటే ప్రత్యేకంగా శివుని యొక్క ప్రతిష్ఠిత చిహ్నాలు దాదాపు ఆర్యవర్త (అవిభక్త భారతదేశపు ప్రాచీన పేరు) అంతటా వ్యాపించి ఉన్నాయి. ఈ జ్యోతిర్లింగాలు ఉన్న ప్రదేశాలు ముఖ్యంగా పవిత్రమైనవి. ఈ పన్నెండు జ్యోతిర్లింగాలు సోమనాథుడు, మల్లికార్జున, మహాకాల, ఓంకార, కేదార. భీంశంకర, విశ్వనాథ, త్రయంబక, వైద్యనాథ, నాగేశ, రామేశ్వర మరియు ఘుష్నేశ. వారు అనుసరించిన రాష్ట్రాలను పొందటానికి సంబంధించిన కథలు క్రింద ఇవ్వబడ్డాయి.

(i) సోమనాథ మరియు చంద్ర దేవుడు

ముందు చెప్పినట్లుగా, దక్షుడికి 60 మంది కుమార్తెలు ఉన్నారు, వారిలో 27 మంది చంద్రుడు చంద్రుడిని వివాహం చేసుకున్నారు. కానీ చంద్రుడు తన 27 మంది భార్యలలో ఒకరైన రోహిణిని ఎక్కువగా ప్రేమించాడు, అతని ఇతర భార్యలు తమ సాధారణ భర్త చంద్రచే చాలా నిర్లక్ష్యం చేయబడినట్లు భావించారు. మిగిలిన 26 మంది భార్యలు తమ తండ్రి దక్ష వద్దకు వెళ్లి తమ భర్త పక్షపాత ప్రవర్తనపై ఫిర్యాదు చేశారు. దక్షుడు తన భార్యలందరిపై సమాన దృష్టి పెట్టాలని తన అల్లుడిని పదే పదే హెచ్చరించినా, చంద్ర అతని హెచ్చరించినా వినలేదు.

చంద్రుడు తన భార్యలో రోహిణిని తప్ప మిగిలిన వారందరినీ ఉపేక్షించడం కొనసాగించినప్పుడు, దక్షుడు కోపోద్రిక్తుడై చంద్రుడిని (చంద్రుడు) క్రమంగా క్షీణిస్తాడని శపించాడు. ఎప్పుడు చందరా కనుగొన్నాడు – శాపం తన ప్రభావాన్ని చూపడం ప్రారంభించిందని మరియు అతని ప్రకాశం క్షీణించడం ప్రారంభించిందని, అతను భయపడ్డాడు. వెంటనే అతను బ్రహ్మ సలహా కోరాడు, కానీ బ్రహ్మ తన సమస్యను శివుడు మాత్రమే పరిష్కరించగలడని చెప్పాడు.

చంద్ర వెంటనే ప్రభాస తీర్థానికి (ఆధునిక గుజరాత్‌లోని పశ్చిమ తీరంలో) చేరుకున్నాడు. అతను సరస్వతీ నది ఒడ్డున ఒక అందమైన లింగాన్ని నిర్మించాడు, అది సముద్రం దగ్గరికి వెళ్లి శివుని పూజించడం ప్రారంభించాడు. అతను ఆరు నెలల పాటు శివుని ప్రార్థించడం కొనసాగి. ఆ తపస్సు ముగిశాక, చంద్రుని పూజకు సంతోషించిన శివుడు అతని ముందు ప్రత్యక్షమయ్యాడు.

"ఓ చంద్రా వరం అడగండి!" విశ్వ ప్రభువు ఇలా అన్నాడు: దక్షుని శాపం కారణంగా తాను ఎదుర్కొంటున్న తీవ్ర సమస్యను చంద్రుడు అతనికి వివరించాడు. సమస్య గురించి ఆలోచిస్తూ, శివుడు ఇలా అన్నాడు: "సరే! దక్షుని శాపాన్ని పూర్తిగా విస్మరించలేము. ఇంత మార్పు చేయడం వల్ల మీరు శాపం యొక్క ప్రభావానికి అనుగుణంగా క్షీణించిపోతారని నేను సూచించగలను. మళ్లీ శుక్లపక్షం

(ప్రకాశవంతమైన సగం)లో మీ ఉత్తమ వైభవాన్ని తిరిగి పొందండి. దక్షుడు ఈ ఏర్పాటును అంగీకరించేలా నేను చూస్తాను. ఇది ప్రతి శరీరాన్ని సంతృప్తి పరుస్తుందని నేను ఆశిస్తున్నాను." శాపంలోని ఈ మార్పుతో చంద్రుడు ఎంతో ఉపశమనం పొందాడు. కనీసం అతను తన ఉత్తమ కీర్తిని పొందే అవకాశం ఉంది. చంద్రుడు ప్రార్థించిన లింగం సోమనాథుని జ్యోతిర్లింగం. ప్రస్తుతం గుజరాత్ తీరంలో ఉన్న ప్రసిద్ధ తీర్థమైన సోమనాథంలో శివుడు ఎప్పటికీ ఉంటాడని పురాణం చెబుతోంది.

(ii) మల్లికార్జున

శివుడు మరియు పార్వతి మొదట గణేష్‌ను వివాహం చేసుకోవడానికి అనుమతించినప్పుడు కార్తికేయ మోసపోయానని భావించినట్లు ఇప్పటికే వివరించబడింది. అతను శివుడు మరియు పార్వతితో కలిసి జీవించకూడదని నిర్ణయించుకున్నంత కోపంతో ఉన్నాడు. నిరసనతో అతను మంచి కోసం కైలాసాన్ని విడిచిపెట్టాడు మరియు పర్వతం వద్ద నివసించడం ప్రారంభించాడు క్రాంచ్‌ని ఇన్‌స్టాల్ చేయడానికి. అతని నిర్ణయం అతని తల్లిదండ్రులకు చాలా బాధ కలిగించింది. ముఖ్యంగా పార్వతి తన కొడుకు తనను విడిచిపెట్టినందుకు చాలా బాధగా ఉంది. తన కుమారుని ఈ నిర్ణయాన్ని అర్థం చేసుకోని ఆమె తన కొడుకును తన వద్దకు తీసుకురావడానికి దేవతలను, గాంధర్వులను మరియు అప్సరసలను పంపుతూనే ఉంది. అయితే మొండిగా ఉన్న కార్తికేయ తిరిగి రావడానికి నిరాకరించాడు శివుడు కూడా

1. ఇక్కడ శివుడిని అర్జునుడు మరియు పరవతి మల్లిక అని పిలుస్తారు, అందుకే ఈ పేరు వచ్చింది. మరియు పార్వతి స్వయంగా కార్తికేయుడిని సందర్శించడానికి వెళ్ళింది, కార్తికేయ వారిని తప్పించుకుంటూనే ఉన్నాడు మరియు ఎప్పుడూ తన తల్లిదండ్రుల దగ్గరికి రాడు. చివరగా శివుడు మరియు పార్వతి కార్తికేయుడిని ఆకర్షించే అవకాశాన్ని తెరిచి ఉంచడానికి, వారి విడిపోయిన కుమారుడు నివసించే ప్రదేశానికి దాదాపు ఆరు మైళ్ల దూరంలో ఉన్న ప్రదేశంలో నివసించడం ప్రారంభించారు. వారు నివసించిన ప్రదేశం మల్లికార్జున అని పిలువబడింది, ఇది ఆధునిక కాలంలో తమిళనాడులోని శివ భక్తుల కోసం పవిత్రమైన ప్రదేశంగా మారింది.

(iii) దూషణ మరియు మహాకళ[1]

ఈ మహాకాల ఆలయంలో మూడవ జోయిర్లింగం ఉంది. ఇది ఉజ్జయిని నగరంలో ఉంది, దీనిని పురాతన కాలంలో ఉజ్జయిని అని పిలిచేవారు, దీని మరొక పేరు అవంతి. ఇది క్షిప్రా నది ఒడ్డున ఉంది. శతాబ్దాల క్రితం అవంతి నగరంలో ఒక బ్రాహ్మణుడు ఉండేవాడు. అతని పేరు వేదప్రియ ఉంగి. అతను శివునికి గట్టి భక్తుడు మరియు అతను కలిగి ఉన్నాడు తన నలుగురు కుమారులను కూడా అదే సంప్రదాయంలో బంధించాడు.

అతను అంకితభావంతో ఉండేవాడు ప్రతిరోజు శివుని ఆరాధించండి, అతని నలుగురు కుమారులతో కలిసి దేవప్రియ, ప్రియమధ, సువృత మరియు సువ్రత. నగరానికి కొద్ది దూరంలో, రతన్మాల అనే కొండపై ఒక రాక్షసుడు (అసురుడు) నివసించాడు. అతని పేరు దూషణ. ఆ రాక్షసుడు 'అసురులు'

అంత దుర్మార్గుడు కానప్పటికీ, అతను వేదాల ఆదేశాలను అనుసరించడానికి మరియు వేద గ్రంథం సూచించిన విశ్వాసాన్ని అనుసరించడానికి విముఖంగా ఉన్నాడు. కాబట్టి అతను అలాంటి నిర్దేశిత మతాన్ని అనుసరించేవారిని ఎక్కడ వీలైతే అక్కడ నాశనం చేశాడు.

ఈ ప్రయోజనం కోసం అతను నగరానికి వెళ్ళే ప్రక్రియలో, అవంతిలో శివుడిని చాలా భక్తితో పూజించే నలుగురు బ్రాహ్మణులు నివసించారని కూడా అతను తెలుసుకున్నాడు, అతను నలుగురు కొడుకుల గురించి తెలుసుకునే సమయానికి, వారి తండ్రి వేదప్రియ గడువు ముగిసింది. ఒకరోజు అతను తన సహచరులతో కలిసి నగరంపై దాడి చేశాడు. వారు నలుగురు బ్రాహ్మణులను చంపుతామని బెదిరించారు, కాని భక్తులైన సోదరులు భయపడలేదు. వారు నిరుత్సాహపడకుండా శివుని ఆరాధనను కొనసాగించారు మరియు ప్రతిరోజూ లింగానికి నమస్కరిస్తూనే ఉన్నారు.

1. ఇది సింబాలిక్ పదం. గ్రీన్‌విచ్ అబ్జర్వేటరీ ఇప్పుడు ప్రపంచం మొత్తానికి ఉన్నట్లే పురాతన భారతదేశంలో ఈ ఆలయం సమయాన్ని లెక్కించడానికి అబ్జర్వేటరీ అని
2. నమ్ముతారు. శివుడు కాలాన్ని నియంత్రించేవాడు కాబట్టి. అతన్ని మహాకాళ అని కూడా అంటారు.

ఒక రోజు రాక్షసుడు మరియు అతని సైన్యం దాడి చేయడానికి వచ్చినప్పుడు, అకస్మాత్తుగా విపరీతమైన శబ్దంతో, లింగానికి ముందు భూమిలో ఒక గొయ్యి కనిపించింది మరియు శివుడు తన భయంకరమైన రూపంలో కనిపించాడు. శివుడు విపరీతమైన ధ్వనితో గర్జించడంతో అతని మండుతున్న చూపులు దూషణను బూడిదగా మార్చాయి. ఆ విధంగా దూషన్ మరియు అతని సహచరులందరూ చంపబడ్డారు భయంతో పారిపోయాడు.

నలుగురు బ్రాహ్మణ సోదరులు సంతోషించి పాడారు శివుని అసహ్యకరమైన కోపాన్ని శాంతింపజేయడానికి శ్లోకాలు. అప్పుడు వారు అతనిని ప్రార్థించారు . ఆ ప్రదేశంలో దేవత దూరంగా ఉండవచ్చు మరియు శివుడు అంగీకరించాడు. అప్పటి నుండి మహాకాళ దేవాలయంలో శివుడు ఎల్లప్పుడూ ఉంటాడని నమ్ముతారు.

(iv) వింధ్య మరియు ఓంకార

ఓంకార్ లేదా ఓంకారేశ్వర్ ఇండోర్ సమీపంలోని ప్రసిద్ధ పవిత్ర ప్రదేశం, ఇందులో నాల్గవ జ్యోతిర్లింగం ఉంది. దాని ఆవిర్భావం గురించి కథ క్రింద ఇవ్వబడింది. నారదుడు, దివ్య ఋషి మొత్తం విశ్వంలోకి ప్రవేశించాడు ఒకసారి అతను ధ్యర్వతాన్నిసందర్శించాలనినిర్ణయించుకున్నాడు.

అప్పుడుమానవరూపంలోకనిపించిన పర్వతం చాలా భక్తిపూర్వకంగా ఋషికి స్వాగతం పలికి, అతనికి అనేక ఆహారపదార్థాలు మరియు పానీయాలను అందించింది. నారదుడు ఇంతటి ఘన స్వాగతం లభించినందుకు సంతోషించాడు. అతను వింధ్య పర్వతం దాని పరిధిలో లభించే గొప్ప మూలికలు, పండ్లు మరియు మూలికలను కొనియాడాడు. ఇది పర్వతాన్ని గర్వించేలా చేసింది, కాబట్టి అతను ఇలా

అన్నాడు: "దైవ ఋషి, నేను మీకు సమర్పించినది నా వద్ద ఉన్నదానితో పోలిస్తే ఏమీ లేదు. నిజానికి నేను ఊహించగలిగే అన్ని కావాల్సిన వస్తువులతో నిండి ఉన్నాను." "బహుశా," అని నారదుడు సమాధానమిచ్చాడు, "అయితే సుమేరు పర్వతం మీ కంటే గొప్పది, ఎందుకంటే ఇది ఎల్లప్పుడూ అక్కడ అందుబాటులో ఉండే దేవతలకు ఇష్టమైన పర్వతం." వింధ్య కాస్త దిగులుగా అనిపించింది. అందుచేత ప్రతి విషయంలోనూ సుమేరుడితో సమానంగా ఉండాలని నిర్ణయించుకున్నాడు.

అతను శివుడిని ప్రార్థించడం ప్రారంభించాడు. శివుడిని ప్రసన్నం చేసుకునేందుకు ఆరు నెలల పాటు తపస్సు చేస్తూనే ఉన్నాడు. చివరికి అతని ఆరాధనకు సంతోషించిన శివుడు పర్వతం ముందు ప్రత్యక్షమయ్యాడు. వింధ్య సుమేరు పర్వతంతో సమానం కావడానికి భగవంతుడు ఎల్లప్పుడూ అక్కడ ఉండాలని కోరుకున్నాడు. శివ వెళ్ళిపోయాడు . ఇలా అన్నారు: "అలాగే ఉండండి." అప్పటి నుండి వింధ్య పర్వతం కూడా శివునికి ఇష్టమైనదిగా మారింది మరియు ఆ ఓంకారేశ్వర ఆలయంలో అతను ఎప్పుడూ ఉంటాడు. ఓంకారేశ్వర అంటే '3' లేదా ఓంకార్ యొక్క పవిత్ర అక్షరాలకు ప్రభువు అని అర్థం. ఇది త్రిమూర్తుల యొక్క మూడు సూపర్ దేవతలను నియంత్రించే మూడు పవిత్ర శబ్దాల ' ఎ ' యు 'మరియు ' ఎం ' కలయిక, అవి: బ్రహ్మ, విష్ణు మరియు మహేష్ (శివు).

(v) కేదార్‌నాథ్ మరియు నరనారాయణ

కేదార్, బద్రీనాథ్ సమీపంలోని శివుని పవిత్ర స్థానం, జ్యోతిర్లింగాలలో ఐదవది. ఇది నారా మరియు నారాయణ అనే జంట కొండల దగ్గర నెలకొని ఉంది, ఇది విష్ణువు యొక్క అవతార రూపం అని నమ్మే ఇద్దరు పవిత్ర ఋషులను ప్రతీకాత్మకంగా సూచిస్తుంది, కాబట్టి ఇద్దరు ఋషులు బదరికాశ్రమ అనే ఆశ్రమంలో చాలా కాలం పాటు ప్రార్థించారు. కేదార్ శిఖరం సమీపంలో ఉంది. ఇక్కడే ఇద్దరు ఋషులు, నర మరియు నారాయణులు తమ ముందు శివుడిని కలిగి ఉండాలని భక్తిపూర్వక తపస్సు చేసారు. శివుడు ప్రత్యక్షమైనప్పుడు అతను ఇలా అన్నాడు: "మీరిద్దరూ నన్ను ఎందుకు పూజించాలో నాకు అర్థం కావడం లేదు? నిజానికి మీరిద్దరూ ఇంత పవిత్రమైన స్థితిని పొందారు, అది మీ ఇద్దరినీ పూజించాలి. ఏమైనప్పటికీ, మీరు నన్ను ప్రార్థిస్తున్నారు కాబట్టి. అంత పొడవు సమయం, నేను మీకు ఒక వరం ఇవ్వనివ్వండి. నేను ఎప్పటికీ ఇక్కడే ఉంటాను." అప్పటి నుండి శివుడు కేదారాలోనే ఉంటాడు.

(VI) భీంశంకర

ఆరవ జ్యోతిర్లింగం భీంశంకరంలో ఉంది. పవిత్ర రామాయణం నుండి రాముడు మరియు రావణుడి గురించి మనకు తెలుసు. రాక్షస ప్రభువు రావణుని మాత్రమే కాకుండా అతని సోదరుడు కుంభకరుడిని కూడా రాముడు చంపాడు. ఈ జ్యోతిర్లింగం గురించిన కథలో రామాయణంలోని కొన్ని పాత్రలకు ప్రత్యక్ష ప్రస్తావన ఉంది. సహ్యా (సహజాద్రి) అనే పర్వతంపై కర్కటి అనే రాక్షస స్త్రీ (రాక్షసి) నివసించేది. ఆమె కుంభకరణునితో వివాహం జరిగింది మరియు ఆమె కొడుకు పేరు భీమ్. ఒకరోజు బీమ్ కర్కటిని ఇలా

అడిగాడు: "అమ్మా, నేను ఎవరి కొడుకును? మనం ఇందులో ఒంటరిగా ఎందుకు జీవిస్తున్నాము . కర్కటి ఇలా జవాబిచ్చాడు: "విను కుమారా, ఈ కథలో కారణాన్ని పొందుపరిచాడు, పూర్వం, మీ తండ్రి, కుంభకరణంతో, నా వివాహానికి ముందు, నేను విరాధ అనే రాక్షసునితో వివాహం చేసుకున్నాను. అతని మరణానంతరం కుంభకరణుడు ఇక్కడకు వచ్చి నన్ను వివాహం చేసుకున్నాడు. అప్పుడు నువ్వు పుట్టావు. నన్ను లంకకు తీసుకెళ్తానని మీ నాన్నగారు వాగ్దానం చేశారు.కానీ వెంటనే రాముడి చేతిలో హతమయ్యాడు.ఫలితంతో నేను లంకను ఎప్పటికీ సందర్శించలేకపోయాను

నాకు ఎక్కడికీ వెళ్లలేని కారణంగా నేను ఇక్కడే జీవించడం మొదలుపెట్టాను.నేను ఎక్కడ ఉండగలను. నిన్ను తీసుకెళ్లావా?"భీముడు అరణ్యంలో మగ్గడానికి గల కారణాన్ని తెలుసుకుని చింతించడమే కాకుండా రాముడి అవతారమైన విష్ణువుపై కూడా కోపంగా ఉన్నాడు. "నా తండ్రిని, నా తల్లి మొదటి భర్తను చంపినందుకు రాముడిపై నేను ప్రతీకారం తీర్చుకోవాలి." ఈ సంకల్పంతో వెయ్యి సంవత్సరాలు బ్రహ్మదేవుడిని ఆకాశానికి ఎత్తుకుని ప్రార్థించాడు. భీం యొక్క భక్తిపూర్వక ఆరాధన యొక్క సమర్థతతో నిర్బంధించబడిన బ్రహ్మ అతని ముందు ప్రత్యక్షమయ్యాడు.

భీమ్ వరం అడిగాడు: "సృష్టికర్తా! నన్ను చాలా బలవంతుడుగా చేయి పాత స్కోర్‌లను పరిష్కరించవచ్చు" బ్రహ్మ ఈ వరం ఇచ్చాడు. ఇప్పుడు అతను విష్ణు భక్తులకు వ్యతిరేకంగా తన ప్లీహాన్ని వెదజల్లడానికి వెతకడం ప్రారంభించాడు. విష్ణువును బలవంతంగా తన ముందుకు తీసుకురావడానికి ఇదే సరైన మార్గం అని అతను భావించాడు. అతని మొదటి లక్ష్యం కామ రాజు , రూప. ఆపై అతను మిగిలిన ప్రపంచాన్ని జయించాడు.

ఇంతలో, జైలులో రాజు మరియు అతని భార్య శివుడిని ప్రార్థించడం ప్రారంభించారు. రాజ దంపతుల కార్యకలాపాలపై నిఘా ఉంచిన గార్డులు రాజ దంపతులు శివుని పట్ల చూపడం ప్రారంభించిన భక్తి గురించి త్వరగా భీమ్‌కు తెలియజేశారు. అప్పుడు భీమ్ వారిద్దరినీ చంపాలని నిర్ణయించుకున్నాడు. అతను జైలులోకి ప్రవేశించినప్పుడు, రాజు శివలింగం ముందు ప్రార్థన చేస్తూ కనిపించాడు. రాజును చంపడానికి భీముడు తన కత్తిని ఎత్తినప్పుడు, అకస్మాత్తుగా శివుడు లింగం నుండి ప్రత్యక్షమై తన త్రిశూలంతో కత్తిని తిప్పికొట్టాడు.ఇప్పుడు, భీమ్ ఏ ఆయుధాన్ని ఉపయోగించినా, అది తిప్పికొట్టబడింది మరియు చివరికి నాశనం చేయబడింది శివుని త్రిశూలం ద్వారా. చివరగా శివుడు భీముని మరియు అతని రాక్షసులందరినీ వధించాడు.

ఈ ద్వంద్వ పోరాటాన్ని చూస్తున్న దేవతలు తమకు ప్రాణాంతకమైన మరో రాక్షసుడు చనిపోవడంతో సంతోషించారు. భీమ్ చంపబడినప్పుడు దేవతలు శివుడిని లింగ రూపంలో ఎల్లప్పుడూ ఆ ప్రదేశంలో ఉండమని ప్రార్థించారు. ఆ ప్రదేశం ఇప్పుడు భీంశంకర్‌గా ప్రసిద్ధి చెందింది. ఇది అస్సాంలోని కమరూప జిల్లాలో ఉంది.

(vii) విశ్వనాథ్ మరియు వారణాసి

శివుని ఏడవ జ్యోతిర్లింగ స్థానం కాశీ లేదా వారణాసిలో ఉంది. శివ భక్తులకు అత్యంత పవిత్రమైన ప్రదేశం. కాశీని శాశ్వతమైన నగరం అని కూడా అంటారు. ఇది చాలా పురాతనమైనది, సృష్టికర్త బ్రహ్మ స్వయంగా చాలా కష్టమైన 'తపస్సు' చేసాడు, దాని ముగింపులో అతను పది అశ్వమేధ యాగాలు (గుర్రపు బలి) ఒక వ్యక్తి కోరుకున్న విజయాన్ని పొందిన తర్వాత మాత్రమే జరుపుకునే వేడుకగా నమ్ముతారు. తపస్సు చేసినంత కష్టమని పురాణం చెబుతోంది, దాని గురించి తెలుసుకోవడం విష్ణువు అపనమ్మకంతో తల ఊపాడు. విష్ణువు అలా చేసాడు.

అతని చెవి ఉంగరంలోని నగ ఒకటి కింద పడింది. 'మోతీ' (రత్నం) పడిపోయిన ప్రదేశాన్ని అంటారు మణికర్ణికా ఘాట్. ఇక్కడ మరణించిన వారి ఆత్మ వైకుంఠానికి-విష్ణువు యొక్క రాజ్యానికి వెళుతుందని చెబుతారు.ఇది శివుడికి ఇష్టమైన సీటుగా ఎలా మారిందనేది కూడా ఒక ఆసక్తికరమైన పురాణం. ఒకసారి శివుడు మరియు పార్వతి బ్రహ్మదేవుని రాజ్యాన్ని సందర్శించారు. ఆసంత దంపతులు రాజ్యంలోకి ప్రవేశించినప్పుడు, బ్రహ్మ ఐదు నోటి నుండి తన మహిమలను స్తోత్రం చేయడం ప్రారంభించాడు.

కానీ ఒక నోరు ఒక పదాన్ని బలంగా ఉచ్చరించడంలో తప్పు చేసింది. ఇది కోపంతో శివ్ మరియు శివ్ తన మూడవ కన్ను చూపుతో అతని ఒక ముఖాన్ని కత్తిరించారు. ఆక్షేపించిన తల తెగిపోయినప్పటికీ, అది నేలమీద పడలేదు మరియు శివ వీపుపై పడింది. కారణం ఏమిటంటే, బ్రహ్మ తన ఒక తలను కోల్పోయినప్పటికీ, అది బ్రాహ్మణుడిని చంపిన నేరానికి పాల్పడింది, ఇది హిందూ ధర్మశాస్త్రం ద్వారా అత్యంత ఘోరమైన పాపంగా నమ్ముతుంది.

అందుకే శివుడు దానికి ప్రాయశ్చిత్తం చేయాల్సి వచ్చింది. ఎక్కడికి వెళ్లినా బ్రహ్మ తల తెగిపోకపోవడంతో శివుడే నిస్సహాయంగా ఉన్.ఈ విధంగా అతను ప్రపంచమంతా తిరుగుతూనే ఉన్నాడు కానీ ఆ 'బ్రహ్మ-హత్య' అనే కళంకం అతనిని వదలలేదు. చివరికి అతను కాశీకి వచ్చాడు. మరియు ఇదిగో, బ్రహ్మ యొక్క ఆ తెగిపోయిన తల స్వయంచాలకంగా శివుని వీపు నుండి దూరంగా పడిపోయింది. అత్యంత క్రూరమైన నేరం చేసిన పర్యవసానం నుండి విముక్తి పొందే పవిత్రమైన ఈ ప్రదేశానికి వచ్చినందుకు శివుడు సంతోషించాడ అందుకే ఇక్కడే ఉండాలని నిర్ణయించుకున్నాడు.

ప్రళయ [చివరి విసర్జనలు] సమయంలో కూడా కాశీ నాశనమవ్వకుండా ఉండటం అతని దయ కారణంగానే ఉంది, ఎందుకంటే ఆ కాలంలో శివుడు తన త్రిశూలాన్ని ఆధారం చేస్తాడు. రద్దు ప్రభావం తగ్గినప్పుడు అతను నగరాన్ని దాని నిర్ణీత స్థలంలో భర్తీ చేస్తాడు. అందుకే వారణాసి ప్రపంచంలోనే అత్యంత పవిత్రమైన ప్రదేశం అని నమ్ముతారు. శివుడు ఎప్పుడూ ఇక్కడ ఉంటాడు మరియు అతనికి చేసే ఏ ప్రార్థనకైనా ఈ పవిత్రమైన నగరంలోనే తొలి స్పందన లభిస్తుంది.

(viii) త్రయంబక మరియు గౌతమ.

త్రయంబక అనేది దక్షిణ భారతదేశంలో (ఆర్యావర్త) గోదావరి నది ఒడ్డున ఉన్న పవిత్రమైన పవిత్ర తీర్థం. ఇందులో ఎనిమిదవ జ్యోతిర్లింగం ఉంది. దేశంలోని పవిత్ర తీర్థాల మ్యాప్‌లో దాని ఆవిర్భావ కథ క్రింద ఇవ్వలభిస్తుంద దక్షిణ పర్వత శ్రేణులలో బ్రహ్మ పర్వతం అనే పర్వత శిఖరం ఉంది. శతాబ్దాల క్రితం గౌతమ మహర్షి తన భార్య అహల్యతో నివసించాడు. అక్కడ ఆ దంపతులు పదివేల సంవత్సరాలు చాలా కష్టతరమైన తపస్సు చేశారు.

కానీ ఆ కాలంలో సుమారు 100 సంవత్సరాల పాటు వర్షాలు పడనప్పుడు తీవ్రమైన డ్రాఫ్ట్ ఏర్పడింది. ఫలితంగా అన్ని చోట్లా నీటి కొరత ఏర్పడి వేలాది జీవరాశులకు ప్రాణాపాయం కలిగించింది. క్షమించండి, గౌతముడు తమకు సహాయం చేయమని భూమిపై ఉన్న జలాల దేవుడైన వరుణుడిని ప్రార్థించాడు. వరుణుడు గౌతమ మహర్షి తన ఆరాధన ముగింపులో ప్రత్యక్షమై వరం పొందమని అడిగాడు. గౌతముడు, "దయచేసి మాకు వరం ప్రసాదించు-ఇక్కడ వర్షాలు కురిసేలా" అన్నాడు.

చేతికి కట్టిన దేవతను ప్రార్థిస్తున్నాడు. "సారీ, నేను దీన్ని చేయలేను" అని వరుణ సమాధానం ఇచ్చాడు. "అది నా శక్తికి మించిన పని. వర్షం కురిసే ఏర్పాటు చేయడం మన ఇంద్రుడి బాధ్యత." కొంచెం ఆగి ఇంకా అన్నాడు. "ఏదైనా అడగండి నా అధికారంలో ఉండవచ్చు." "అయితే ఇక్కడ శాశ్వతంగా నీటితో నిండి ఉండే చెరువును కలిగి ఉండటానికి మాకు అనుమతి ఇవ్వండి." ఈ వరుణుడు నిర్ధారించగలడు కాబట్టి, అటువంటి ప్రకృతి చెరువు తక్షణమే సృష్టించబడింది.

ఇది కరువుతో దెబ్బతిన్న ఆ ప్రాంతానికి పెద్ద ఉపశమనాన్ని అందించింది మరియు ఇతర సూదులు కూడా తమ అవసరాలను తీర్చుకోవడానికి చెరువు నీటిని ఉపయోగించడం ప్రారంభించారు. దీంతో కాస్త గందరగోళం నెలకొంది. సాధారణంగా గౌతముడు తన శిష్యులను చెరువు నుండి నీరు తీసుకురావడానికి పంపేవాడు. కానీ ఇతర ఋషుల భార్యలు అడ్డంకులు సృష్టిస్తున్నారని, తమకు నీళ్లు రానివ్వడం లేదని శిష్యులు ఫిర్యాదు చేయడం ప్రారంభించారు.

అహల్య ఎక్కడికి వెళ్లాలని నిర్ణయించుకుంది . ఆశ్రమానికి నీటిని తెచ్చుకోవడానికి అక్కడ చెరువుకు వెళ్లింది. ఆమె అలా చేయడం ప్రారంభించినప్పుడు ఇతర ఋషుల భార్యలు చిరాకుపడ్డారు మరియు కోపంతో వారు అహల్యను వేధించడం ప్రారంభించారు కానీ ఆమె ఎప్పుడూ స్పందించారు. దీంతో ఈ భార్యలు అహల్యపై తమ భర్తలకు ఫిర్యాదు చేశారు మరియు గౌతమ. మొదట ఋషులు వినలేదు కానీ చివరికి అహల్య మరియు గౌతములు దుర్మార్గులని మరియు స్వార్థపరులని వారు ఒప్పించారు. అందుచేత వారు గౌతమ మరియు అహల్యలను శిక్షించటానికి ఒక నాటకం వేయాలని ప్రయత్నించారు. ఈ లక్ష్యాన్ని సాధించడానికి వారు గణేశుడిని ప్రార్థించడం ప్రారంభించారు .

చివరికి గణేష్ కనిపించాడు మరియు ఋషులు అతనిని అభ్యర్థించారు. "దయచేసి గౌతముడు మరియు అహల్యను ఈ ప్రాంతం నుండి బహిష్కరించేలా మాకు ఈ వరం ఇవ్వండి." గౌతముడు

మరియు అహల్యల ప్రయత్నాల వల్ల ఆ చెరువు సృష్టించబడినందున ఇది అన్యాయమైన వరం అని గణేశుడు గ్రహించాడు, కాని అతను ఇతర ఋషులు మరియు వారి భార్యలను శిక్షించడం మంచి పుణ్యం అని గ్రహించినందున వారికి వరం ఇవ్వాలని నిర్ణయించుకున్నాడు. నేరస్తులందరి తర్వాత గౌతముడు లేదా అహల్య కాదు, కాబట్టి, ఈ ఆలోచనతో. గణేష్ వరం ఇచ్చాడు.

గౌతమ మహర్షికి కూడా వరి మరియు గ్లెయిన్ కొన్ని పొలాలు ఉన్నాయి. గణేష్ వెంటనే సన్నగా మరియు ఉత్సాహంగా ఉన్న ఆవు రూపాన్ని స్వీకరించాడు మరియు ఆ రూపంలో గౌతమ పొలాల్లోని పంటను తినడం ప్రారంభించాడు. గౌతముడు గడ్డితో ఆవును తరిమి కొట్టడానికి ప్రయత్నించాడు. కానీ అతను ఆవును గడ్డితో కొట్టిన వెంటనే, ఆవు బలహీనంగా మరియు ఆకలితో ఉన్నందున, కిందపడి చనిపోయింది. ఇప్పుడు, ఇది భయంకరమైనది.

జరుగుతున్నది. ఆవును చంపడం పెద్ద పాపం. తత్ఫలితంగా, ఇతర ఋషులు కలిసి గౌతమ మరియు అహల్యలను మంచి కోసం ఆశ్రమాన్ని విడిచిపెట్టమని బలవంతం చేశారు. దూరంగా వెళ్లి దూరంగా ఆశ్రమాన్ని ఏర్పాటు చేసుకోవడం తప్ప వారికి మార్గం లేదు. ఇతర ఋషులు గౌతమ మరియు అహల్య నుండి పూర్తిగా విడిపోయారు.

గౌతమ మహర్షి సంఘటనల మలుపుతో చాలా కలవరపడ్డాడు. గోహత్య అనే శాపం నుండి విముక్తి పొందడానికి ఎలా ప్రాయశ్చిత్తం చేసుకోవాలో ఆలోచించడం ప్రారంభించాడు. ఋషులు చెప్పారు. "మీరు భూమిని ఒక ప్రదక్షిణం చేసి, ఒక నెల మొత్తం అత్యంత పన్నిన తపస్సు చేస్తేనే ఇది సాధ్యమవుతుంది. దీనిని అనుసరించి మీరు బ్రహ్మపర్వతాన్ని వంద సార్లు ప్రదక్షిణ చేసి, వంద నీటి కుండలతో స్నానం చేయాలి.

అప్పుడే మీరు నుండి విముక్తి పొందవచ్చు ఈ పాపం." గౌతముడు మరియు అహల్య అన్ని పనులు చాలా అంకితభావంతో నిర్వహించారు, అన్ని సమయాలలో శివుడిని ప్రార్థించారు. చివరికి శివుడు ప్రత్యక్షమయ్యాడు మరియు ఆ దంపతుల అభ్యర్థనపై ఇక నుండి పవిత్రమైన గంగా నది వారి ఆశ్రమానికి సమీపంలో ఉండేలా వరం ఇచ్చాడు. కానీ గంగా స్వయంగా ఆశ్రమానికి సమీపంలో తన ఉనికిని ముందుగా శివుడు మరియు పార్వతి కూడా అక్కడ ఎప్పుడూ ఉండాలనే షరతును లేవనెత్తింది. పార్అంగీకరించారు

లింగుకు అంగీకరించారు. అలా ఎనిమిదవ జ్యోతిర్లింగంగా త్రయంబక స్థాపించబడింది. అక్కడ ప్రవహించే గంగానది గోదావరి అని పిలువబడింది, ఇది ఇప్పటికీ 'దక్షిణ భారతదేశపు గంగ'గా పరిగణించబడుతుంది. అందుకే గోదావరి ఒడ్డున ఉన్న త్రయంబక పరిస్థితి. ఇంతలో, గౌతమ మరియు అహల్యల సిఫార్సుపై దుష్ట ఋషులు కూడా శివునిచే క్షమాపణ పొందారు. బహ్మపర్వత పర్వతాన్ని వందసార్లు ప్రదక్షిణ చేసి తపస్సు చేశాడు. అప్పటినుండి శివుడు త్రయంబకలో ఎప్పుడూ ఉంటాడు.

దీనిని త్రయంబకేశ్వర్ మహాదేవ అని కూడా పిలుస్తారు, ఇది ఆధునిక సమీపంలోని పవిత్ర ప్రదేశం నాసిక్ .

(ix) వైద్యనాథ్ ధామ్ మరియు రావణుడు

జ్యోతిర్లింగం యొక్క తొమ్మిదవది వైద్యనాథ్ ధామ్‌లో ఉంది. అది ఎలా కనిపించింది అనేది దాని వెనుక ఒక ఆసక్తికరమైన కథ. రామాయణ ఖ్యాతి పొందిన ప్రఖ్యాత రాక్షస ప్రభువు రావణుడు శివునికి గొప్ప భక్తుడు. ఒకసారి, అతను ఎంచుకున్న దేవతను ప్రసన్నం చేసుకోవడానికి, అతను హిమాలయాలకు వెళ్ళాడు. అతను శివుని ప్రఖ్యాత స్థానమైన కైలాష్ నుండి భగవంతుని ఆరాధనను ప్రారంభించాడు, కాని శివుడు అతని ముందు కనిపించలేదు.

ఆ తర్వాత కొంచెం దక్షిణంగా వృక్షఖండక అనే ప్రదేశానికి వెళ్లాడు. అతను అక్కడ ప్రార్థనలు చేస్తూనే ఉన్నాడు కానీ మళ్లీ శివుడు అతని ముందు కనిపించలేదు. శివుడిని ప్రసన్నం చేసుకోవడంలో విఫలమైనందుకు కొట్టిన హిట్, రావణుడు భూమిలో గొయ్యి తవ్వి, గొయ్యి లోపల కూర్చున్న తర్వాత ప్రార్థన చేయడం ప్రారంభించాడు. అక్కడ అతను శివలింగాన్ని కూడా స్థాపించాడు, అయితే శివుడు అతని ముందు కనిపించలేకపోయాడు.

ఈ నిరంతర వైఫల్యం రావణుడిని చాలా నిరాశకు గురిచేసింది మరియు నిరుత్సాహపరిచింది, అతను తనను తాను కాల్చుకోవాలని నిర్ణయించుకున్నాడు. మనందరికీ తెలిసినట్లుగా, అతను పది తలలు కలిగి ఉన్నట్లు వర్ణించబడింది. అతను నిప్పును వెలిగించి, తన తలలను విడదీసాడు, ఉగ్రమైన అగ్నికి వాటిని ఒక్కొక్కటిగా సమర్పించడానికి సిద్ధమయ్యాడు. అతను తన తొమ్మిది తలలను అగ్నికి సమర్పించి, పదవ దానిని అర్పించబోతున్నాడు, ఇదిగో, శివుడు అతని ముందు ప్రత్యక్షమయ్యాడు. "ఇది చాలు, ఓ రాక్షసప్రభూ." అని విశ్వ ప్రభువు చెప్పాడు (శివ్). "మీ ఆరాధనతో నేను తృప్తి చెందాను. మీ వరం మీకు ఉండవచ్చు "దయచేసి నన్ను మర్త్య ప్రపంచంలో అత్యంత బలమైన వ్యక్తిగా చేయండి మరియు ఇప్పుడు!" దయతో నా తొమ్మిది తలలను వాటి అసలు స్థానానికి పునరుద్ధరించండి" అని శివుడు వెంటనే అతనికి ఈ వరం ఇచ్చాడు.

అప్పుడు రాక్షస ప్రభువు మళ్ళీ అన్నాడు." మీరు నిజంగా నా పట్ల సంతృప్తిగా ఉంటే, మీ చిహ్నాన్ని కైలాసం నుండి లంకకు తీసుకెళ్లడానికి నన్ను అనుమతించండి." శివుడు దానికి ప్రతిస్పందించేలోపు రావణుడు తన డిమాండ్‌ను సవరించాలని దేవతలు కుట్ర పన్నారు. వారు శివను అడిగారు రావణుడి ఈ డిమాండ్‌ని అంగీకరించే ముందు షరతు.

శివుడు ఇలా అన్నాడు: "మీరు నా చిహ్నాన్ని ఒక షరతుపై మాత్రమే కైలాష్ నుండి లంకకు తీసుకెళ్లవచ్చు. దానిని భూమిపై ఉంచనని వాగ్దానం చేయండి. మీ ప్రయాణం మధ్యలో ఎక్కడైనా. అప్పుడు, అది చాలా బరువుగా మారుతుంది, మీరు దానిని ఎత్తలేరు." రావణుడు, భూమిపై అత్యంత బలమైన వ్యక్తి అనే వరం పొందిన తర్వాత నమ్మకంగా, ఈ చిహ్నాన్ని గమ్యస్థానానికి నాన్‌స్టాప్‌గా

తీసుకెళ్లగలనని అనుకున్నాడు. అందుకే షరతుకు అంగీకరించాడు.అతను కైలాష్ వద్ద శివుని చిహ్నాన్ని ఎత్తుకుని, వైమానిక మార్గంలో లంకకు వెళ్లడం ప్రారంభించినప్పుడు, దేవతలు ఆందోళన చెందారు మరియు కలవరపడ్డారు. ఆ లింగాన్ని లంకలోని రాక్షసుల కోటలో ఉంచితే, ఆ రాక్షసుల కోట అజేయంగా మారుతుందని వారికి తెలుసు. కాబట్టి వారు రాక్షస ప్రభువు శరీరంలోని నీటి పరిమాణాన్ని పెంచడానికి వరుణుడిని మూత్ర విసర్జన చేసేలా చేశారు.

ఈ వరుణుడు సులభంగా చేయగలడు.ఇంతలో, రావణుడు కైలాసానికి కొన్ని వందల మైళ్ళు కూడా దాటకుండానే, అతనికి మూత్ర విసర్జన చేయాలనే అనియంత్రిత కోరిక కలిగింది. కానీ మధ్యలో భూమిపై చిహ్నాన్ని ఉంచడానికి తనకు అనుమతి లేదని అతనికి తెలుసు. మరియు చిహ్నాన్ని తీసుకువెళుతున్నప్పుడు అతను కోపంగా చేసిన నేరానికి ఇది సమానం. నిస్పృహతో అతను కొన్ని సెకన్ల పాటు చిహ్నాన్ని పట్టుకోవడానికి ఎవరో కనుగొనడానికి చుట్టూ చూశాడు.

వెంటనే నారదుడు అక్కడ సంచరించడం గమనించాడు. అతను అతనిని ఆక్షేపించాడు: "నారదా! నేను కొన్ని సెకన్లలో తిరిగి వచ్చే వరకు దయచేసి ఈ చిహ్నాన్ని పట్టుకోండి." నారదుడు, శివుడు నిర్దేశించిన షరతును ఉల్లంఘించేలా రావణుడిని మోసగించడానికి దైవిక పన్నాగం నుండి అక్కడికి వచ్చినవాడు. చెప్పారు: "అలాగే! రాక్షసుడు-ప్రభూ! నేను దానిని పట్టుకోలేనంత బలహీనంగా ఉన్నాను." రావణుడు కొన్ని సెకండ్లలో పూర్తి అవుతానని పట్టుబట్టినప్పుడు.

నారదుడు చిహ్నాన్ని స్వీకరించాడు.రావణుడు తన మూత్రాశయాన్ని ఖాళీ చేసి తిరిగి వచ్చినప్పుడు, నారదుడు నేలపై ఉంచిన చిహ్నానికి దగ్గరగా గొర్రెలా నిలబడి ఉన్నాడు. రావణుడు పిడుగు పడ్డాడు: "హే, ఒక ఋషి యొక్క మూర్ఖుడా? నేను దానిని మీ చేతుల్లో ఉంచమని నిర్దిష్టంగా ఆదేశించినప్పుడు మీరు దానిని నేలపై ఎందుకు ఉంచారు?" నారదుడు: "అలాగే! నేను నీకు చెప్పాను. నేను పట్టుకునేంత దృఢంగా లేను విశ్వానికి ప్రభువు యొక్క చిహ్నం. మోయలేనంత బరువుగా ఉంది. అందుకని కింద పెట్టాను. కానీ మీరు దాన్ని మళ్లీ ఎత్తగలిగేంత దృఢంగా ఉన్నారు."

అప్పుడు రావణుడు చిహ్నాన్ని ఎత్తడానికి పదేపదే ప్రయత్నించాడు, కానీ ఫలించలేదు. ఈ అవకాశం గురించి శివ్ ఇప్పటికే హెచ్చరించాడ.చివరగా, తన ప్రార్థనను చెప్పి, అతను నిరాశతో లంకకు తిరిగి వెళ్ళాడు. అది ఉన్న ప్రదేశం చిహ్నం వైద్యనాథ్ ధామ్ వద్ద ఉంచబడింది. ఈ ప్రదేశం బీహార్‌లో ఉంది. ఈ శ్రావణ మాసంలో ఈ చిహ్నమైన గంగాజలాన్ని పోయడం శివభక్తులచే అత్యంత పవిత్రమైన కార్యంగా పరిగణించబడుతుంది. ఆ చిహ్నంలో శివుడు ఎప్పటికీ ఉంటాడని రావణుడు నిర్ధారించాడు కాబట్టి, అది జ్యోతిర్లింగంగా మారింది.

(x) నగేషా

శివుని పదవ జ్యోతిర్లింగం నాగేశ అనే ప్రదేశంలో ఉంది. ఇది ఉనికిలో ఎలా ఉండాలనేది క్రింద ఇవ్వబడిన కథలో పొందుపరచబడింది. వచ్చింది . ఒకప్పుడు దారుక అనే రాక్షసుడు (రాక్షసుడు) నివసించాడు.

అతని భార్య పేరు దారుకి. వారు పశ్చిమ సముద్ర తీరంలో ఒక అడవిలో నివసించారు. ఒకసారి దారుకి పార్వతీ దేవిని తన భక్తిపూర్వక పూజల ద్వారా ప్రసన్నం చేసుకుని, దారుకి ఎక్కడికి వెళ్లినా ఆమె నివసించే అరణ్యం అనివార్యంగా తన వెంట వస్తుందని దేవి నుండి వరం పొందింది. ఈ అడవి రాక్షస జంటకు ఒక విధమైన కోటగా మారినందున వారు ప్రపంచాన్ని అణచివేయడం ప్రారంభించారు. వారు పవిత్ర యాగాన్ని ధ్వంసం చేశారు మరియు దేవతలను, ఆవును మరియు బ్రాహ్మణులను పూజించే వేద నిబంధనలకు కట్టుబడి ఉన్న సత్పురుషులను చంపారు.

ప్రజలు చాలా బాధపడ్డారు మరియు నిరాశతో వారు ఓర్వ అనే శక్తివంతమైన ఋషికి విషయాన్ని నివేదించారు. దుష్టులైన రాక్షస దంపతులు చేస్తున్న అకృత్యాల నుండి ఆయన ఒక్కడే ప్రపంచాన్ని రక్షించగలడని వారు మహర్షిని అభ్యర్థించారు. ఋషి. ఊర్వ, రాక్షస దంపతులచే విశృంఖలమైన భీభత్స పాలన గురించి వింటూ ఉగ్రూతలూగింది మరియు శపించింది.

దారుకా మరియు దారుకి భూమిపై ఏదైనా హింసాత్మక చర్యకు పాల్పడితే వెంటనే వారు నశించిపోతారు. దేవతలు మరియు గొప్ప వ్యక్తులు ఈ శాపం గురించి తెలుసుకున్నప్పుడు వారు రాక్షసులపై దాడి చేయడం ప్రారంభించారు. ఇప్పుడు రాక్షసులు మహా సందిగ్ధంలో పడ్డారు. వారు యుద్ధం చేయకపోతే, దేవతలు వారిని చంపుతారు మరియు అలా చేస్తే, ఓర్వ ముని శాపం కారణంగా వారు చనిపోతారు.

చివరికి వారు సురక్షితంగా ఉంటారని భావించిన సముద్రపు పునాదికి జారుకోవాలని నిర్ణయించుకున్నారు. వారి రాణి దారుకి పొందిన వరం కారణంగా, అడవి మొత్తం సముద్రపు స్థావరానికి దిగింది. అప్పటి నుండి సముద్రం రాక్షసుల కోటగా మారింది. వారు భూమికి తిరిగి రాలేదు. కానీ వారు ఇప్పటికీ తమ వ్యాపార పనులపై సముద్రం దాటడానికి పడవల్లో ప్రయాణించే భూ నివాసులను ఇబ్బంది పెట్టారు. ఒకసారి ఒక వైశ్య (వర్తక తరగతి సభ్యుడు) వారిని కిడ్నాప్ చేశారు. అతను పరమ శివుని భక్తుడు.

అందులో లింగాన్ని ప్రతిష్టించాడు కారాగారం మరియు అతని ఈ చిత్రం ద్వారా అతను ఎంచుకున్న దేవతను పూజించడం ప్రారంభించాడు, వైశ్యుడు శివుని ఆరాధనను కొనసాగించడాన్ని చూసిన రాక్షసులు అతనిపై దాడి చేయడం ప్రారంభించారు. అతని పేరు సుప్రియ. దుష్ట రాక్షసులచే బంధించబడిన అతని భక్తుడిని చూసి, శివుడు అతనిని ఇచ్చాడు . పశుపతి అస్త్రం అనే ఘోరమైన ఆయుధం. ఈ శక్తివంతమైన ఆయుధంతో వైశ్యుడు రాక్షసులను సంహరించాడు. వారి మొత్తం అంతరించిపోవడాన్ని చూసి, దారుకి అభ్యర్థనపై, పార్వతి దేవి జోక్యం చేసుకుంది మరియు మిగిలిన రాక్షసులు దేవి జోక్యంతో రక్షించబడ్డారు. ఆధునిక బరోడాకు సమీపంలో ఉన్న ఒక చిన్న ప్రదేశంలో నగేషాలో సుప్రియ పూజించిన లింగం.

XI. రామ మరియు రామేశ్వర

రావణుడు, రాక్షస ప్రభువు సీతను అపహరించినప్పుడు, రాముడు అతని సోదరుడు లక్ష్మణుడు మరియు వానరులు మరియు ఎలుగుబంట్లు ఆర్యావర్తం యొక్క దక్షిణాన చివరి ప్రదేశానికి చేరుకోగలిగారు. ఇప్పుడు వారు లంకా ద్వీపం దాటి ఉన్న విశాలమైన సముద్రాన్ని ఎదుర్కొన్నారు. సీత బందీ అయింది.ఈ మహాసముద్రాన్ని దాటి లంకకు ఎలా చేరాలనేది సమస్య. సముద్రాన్ని దాటడానికి ఏ వంతెనగానీ, ఇతర మార్గాలుగానీ లేవు. రాముడు సముద్రాన్ని ఎలా దాటాలి అని ఆలోచిస్తుండగా, అతనికి చాలా దాహం వేసింది. అందుచేత తనకు కొంత నీరు తీసుకురావాలని కోతులను కోరాడు.

కానీ నీటిని సేకరించినప్పుడు. మొదట శివుడిని ప్రార్థించకుండా నీటిని తాగకూడదని రాముడు గ్రహించాడు. అలా చేయడానికి, రాముడు సమృద్ధిగా ఒడ్డున పడి ఉన్న ఇసుక సహాయంతో శివుని లింగాన్ని నిర్మించాడు. తర్వాత అనేక సుగంధ పుష్పాలతో పూజించాడు. రాముని ప్రార్థనల శక్తి అటువంటిది, శివుడే కాదు, పార్వతి మరియు ఆమె ఇతర సహచరులు రాముని ముందు కనిపించారు. శివుడు రాముడిని ఆశీర్వదించాడు మరియు రాముడు ఆ లింగంలో ఎప్పుడూ ఉండమని కోరాడు. ఈ జ్యోతిర్లింగాన్ని కలిగి ఉన్న ఆలయం శివ భక్తులకు చాలా పవిత్రమైన ప్రదేశం. ఇది భారత ద్వీపకల్పం యొక్క చాలా చివరలో ఉంది.

xii.ఘుష్ణేశ్వర్ మరియు ఘుష్ణ

ఈ శివుని పన్నెవ జ్యోతిర్లింగం హైదరాబాద్‌కు సమీపంలో ఆధునిక దౌల్తాబాద్ సమీపంలో ఉంది. ఈ లింగ ఆవిర్భావానికి సంబంధించిన కథ ఇలా ఉంది: సుధర్మ అనే బ్రాహ్మణుడు ఒక పర్వతం దగ్గర ఉండేవాడు. దేవా అని పిలువబడే దక్షిణాన లోతైన శిఖరం. అతని భార్య పేరు సుదేహా. ఈ జంట చాలా పవిత్రమైన మరియు ధర్మబద్ధమైన స్వభావం కలిగి ఉన్నారు, ఎప్పుడూ మునిగిపోయారు . వివిధ దేవతల ఆరాధన. వారు సహేతుకంగా బాగానే ఉన్నప్పటికీ, వారికి కేవలం ఒక ఫిర్యాదు మాత్రమే ఉంది. వారికి కొడుకు లేడు. భార్య సుదేహ.

ముఖ్యంగా ఈ ఖాతాలో కలవరపడింది. ఆమెను బంజరు అని భావించి ఇతర మహిళలు తమ చురుకైన వ్యాఖ్యలతో ఆమెను బాధపెట్టేవారు. "చూడండి—బంజరు స్త్రీ అక్కడికి వెళుతుంది---"వారు ఇలా అంటారు: "మీ కుటుంబం మొత్తాన్ని నాశనం చేయకుండా ఆమె నీడ నుండి కూడా మిమ్మల్ని మీరు రక్షించుకోండి" అని కుమారులు ఉన్న వారికి. సుధర్మ కూడా తన భార్య పరిస్థితి చూసి కలవరపడ్డాడు.

ఒక రోజు అతను ఒక ప్రయోగం చేయాలని నిర్ణయించుకున్నాడు. అతను రెండు పువ్వులు తెంచి పవిత్రమైన అగ్ని ముందు వాటిని సమర్పించాడు. మానసికంగా అతను ఒక పువ్వుతో ఒక కొడుకును కలిగి ఉన్నాడు మరియు అతను ఆమె భార్యను ఒక పువ్వును ఎంచుకోమని కోరాడు. దురదృష్టవశాత్తు, అతని భార్య కొడుకుతో సంబంధం లేని పువ్వును ఎంచుకుంది. ఈ భవిష్యవాణి స్కీమ్ ఫలితం సుధర్మకు కొడుకు పుట్టడం లేదని ఒప్పించింది. కానీ సుదేహ ఓదార్పడానికి నిరాకరించింది మరియు చాలా దయనీయంగా భావించడం కొనసాగించింది. ఒకరోజు, చివరికి ఆమె తన భర్తను ఇలా అడిగింది: "ఎందుకు పెళ్లి చేసుకోకూడదు .

మళ్ళీ? బహుశా మరొక భార్య మనకు కొడుకును కంటుంది. ఇప్పుడు నువ్వు నా మేనకోడలు ఘుష్నాను పెళ్లి చేసుకోమని సూచిస్తున్నాను." "లేదు," సుధర్మ బదులిచ్చాడు: "ఆమె మీ మేనకోడలు కాబట్టి మీరు ఇప్పుడు ఆమెను ప్రేమిస్తున్నారు. కానీ ఆమె నాకు పెళ్లయ్యాక, నాకు కొడుకుని ఇచ్చిన తర్వాత మీరు ఆమెను చూసి అసూయపడతారు. అప్పుడు మీరు ఆమెను ద్వేషించడం ప్రారంభించవచ్చు." కానీ సుదేహ తన భర్తను అలా ఒప్పించగలిగింది . ఎప్పుడూ జరగదు. చివరికి సుధర్మ ఘుష్ణను వివాహం చేసుకుంది ఘుష్ణ శివునికి గొప్ప భక్తుడు.

ప్రతిరోజు ఆమె మట్టితో నూట ఒక్క లింగాలను తయారు చేసి పూజించేది. రోజు ప్రార్థనలు ముగియగానే, ఆమె లింగాలను నిమజ్జనం చేస్తుంది . చెరువు. అటువంటి లక్ష లింగాలను ఆ పవిత్ర చెరువులో నిమజ్జనం చేసినప్పుడు, ఘుష్ణ పూర్ణమై, తగిన సమయంలో హంసపాత్రుడు జన్మించాడు. . ఘుష్నా ఆరాధన ద్వారా ప్రాయశ్చిత్తం పొందిన శివుడు ఆమె గొప్ప కోరికను తీర్చాలని నిర్ణయించుకున్నాడు. కానీ ఆమె గర్వించదగిన తల్లి కొడుకు అయిన వెంటనే, సుదేహ తన భర్త సుధర్మ ఊహించినట్లుగా ఆమెపై అసూయపడింది.

తన భర్త ఇప్పుడు తనకంటే ఘుష్ణకే ఎక్కువ ప్రాధాన్యత ఇస్తున్నాడని అనుకుంది. ఇంట్లో తనని తక్కువ పనిమనిషిలా చూస్తున్నట్లు ఆమె భావించింది. ఈ ఆలోచనలు అసూయతో సుధర్మను దాదాపు పిచ్చివాడిని చేశాయి, ఎంతగా అంటే, ఆమె ఒక రోజు అర్ధరాత్రి లేచి గుష్ణ కొడుకును చంపింది. అనంతరం మృతదేహాన్ని లోపలకు విసిరేసింది . ఘుష్ణ తన పూజ్య లింగాన్ని ముందుగా నిమజ్జనం చేసే చెరువు.

ఇంతలో, విషాదం గురించి తెలియక, ఘుష్నా తెల్లవారుజామున నిద్రలేచి, తన రోజువారీ కర్మల ప్రకారం ఆమె ఒక లింగాన్ని తయారు చేసి భక్తితో పూజించడం ప్రారంభించింది. కానీ ఇంట్లో మంచం మీద రక్తం కనిపించింది, అయితే కొత్తగా పుట్టిన అబ్బాయి ఎక్కడా కనిపించలేదు. అందరూ ఇంట్లో అలారం ఎత్తినప్పుడు, ఘుష్నా ఈ పరిస్థితికి చెదిరిపోలేదు మరియు ఆమె ప్రార్థనతో లెక్కించింది. ఘుష్నా తన

పట్ల భక్తితో ఏకాగ్రతతో శివుడు ఎంతగానో ఆకర్షితుడయ్యాడు, అతను ఆమె కొడుకును తిరిగి బ్రతికించాడు. అంతే కాదు, భగవంతుడు తన త్రిశూలంతో దుష్ట మహిళ సుదేహాన్ని కూడా చంపాలని కోరుకున్నాడు. కానీ ఘుష్మా తన అత్త ప్రాణం కోసం వేడుకుంది మరియు చివరికి శివుడు తన భక్తుడి అభ్యర్థనను అంగీకరించాడు.

ఆమె కుమారుని హంతకుడిని క్షమించే ఈ చర్య శివ్‌ను మరింత ఆకట్టుకుంది మరియు అతను ఘుష్మాకు తన కొడుకును పునరుద్ధరించడానికి మరియు అన్ని రకాల ధనవంతులు మరియు ఐశ్వర్యంతో ఆమె శవాన్ని నింపడానికి మరొక వరం ఇవ్వాలని నిర్ణయించుకున్నాడు. ఘుష్మ, రెండవ వరం అడిగాడు: చెరువు సమీపంలోని లింగంలో భగవంతుడు ఎల్లప్పుడూ ఉంటాడు. అందుకే ఈ 12వ జ్యోతిర్లింగానికి ఘుష్మేశ్వర అని పేరు వచ్చింది.

17. శివుని ఇతర ముఖ్యమైన తీర్థాలు

(i) నందికేశ్వర తీర్థం

తీర్థం అనేది నది ఒడ్డున ఉన్న పవిత్ర ప్రదేశం అయితే సాధారణంగా ఇది ఏదైనా పవిత్ర ప్రదేశంగా పరిగణించబడుతుంది. నందికేశ్వర తీర్థం కూడా జ్యోతిర్లింగాలలో ఒకటి కానప్పటికీ అత్యంత పవిత్రమైన లింగాన్ని కలిగి ఉంది. దాని ఆవిర్భావం కథ క్రింద ఇవ్వబడింది. కర్ణకి అనే నగరంలో ఒక బ్రాహ్మణుడు ఉండేవాడు. ఒకసారి తన ఇద్దరు కుమారులను భార్యతో విడిచిపెట్టి కాశీకి వెళ్లాడు. ఆ తరువాత బ్రాహ్మణుడు కాశీలో మరణించాడని తెలిసింది. అతని వితంతువు చాలా ధైర్యం మరియు ధృఢత్వంతో తన కుమారులను పెంచి, చివరికి వారికి వివాహం కూడా చేసింది. ఆమె చాలా వృద్ధురాలిగా మరియు కృశించిపోయినప్పటికీ, మరణం ఆమెను తప్పించుకుంటూనే ఉంది.

ఆమె రోజు ప్రార్థించినా, ఆమెకు మరణం రాలేదు. ఆమె పరిస్థితి చాలా దయనీయంగా మారింది, కానీ మరణం ఆమెకు అన్ని బాధల నుండి ఉపశమనం కలిగించలేదు. అకస్మాత్తుగా వారి తల్లి ఏదో కోసం తహతహలాడుతున్నదని మరియు ఆమె కోరిక తీర్చే వరకు చనిపోదని కొడుకులకు అర్థమైంది. ఓ రోజు సూటిగా అడిగార."అమ్మా! నీకు ఇంకా ఏమి కావాలి?" "కుమారులారా! నేను ఎప్పటినుండో కాశీని సందర్శించాలని అనుకుంటున్నాను," ఆమె ఇలా జవాబిచ్చింది:

"కాబట్టి నేను కాశీని సందర్శించేంత వరకు నేను చనిపోనని అనిపిస్తుంది! కానీ ఇప్పుడు నేను చాలా దూరం ప్రయాణించలేని వయస్సులో ఉన్నాను. ఇప్పుడు మీరిద్దరూ నాకు వాగ్దానం చేసినప్పుడు నేను చనిపోయాను, నువ్వు నా అస్థికలను కాశీకి తీసుకెళ్లి పవిత్ర గంగానదిలో వేస్తావు. "ఇది తప్పకుండా చేస్తాం" అని కొడుకులు బదులిచ్చారు.

"ఇప్పుడు మీరు ప్రశాంతంగా చనిపోవచ్చు." వెంటనే తల్లి చనిపోవడంతో కుమారులు ఆమె అంత్యక్రియలు నిర్వహించారు. అప్పుడు సువాడి అనే పెద్ద కొడుకు కాశీకి బయలుదేరాడు . అతని తల్లి బూడిద ప్రయాణం చాలా దూరం కావడంతో ప్రయాణం చేయాల్సి వచ్చింది . ఒక బ్రాహ్మణ ఇంట్లో రాత్రి మరియు విశ్రాంతి , సువాది బ్రాహ్మణుని స్థానానికి చేరుకునే సరికి సూర్యాస్తమయ సమయం దాదాపు కావడంతో ఆ బ్రాహ్మణుడు ఆవుకి పాలు పట్టేందుకు బయటకు వచ్చాడు.

కానీ బ్రాహ్మణుడు ఆవుకి పాలు ఇవ్వడానికి ప్రయత్నించినప్పుడు, దూడ బ్రాహ్మణుడిని ఆవుకు పాలు పట్టకుండా అడ్డుకున్నంతగా అల్లకల్లోలం సృష్టించడం సువాడి చూసింది. కోపంతో దూడ కూడా బ్రాహ్మణుడిని తన్నింది. కోపోద్రిక్తుడైన బ్రాహ్మణుడు కూడా దూడను కర్రతో కొట్టి, నిశ్చబ్దంగా ఆవుకు పాలు పట్టించాడు.

కానీ బ్రాహ్మణుడు వెళ్ళినప్పుడు, సువాడి అక్కడే ఉన్నాడు మరియు ఆవు తన దూడకు చెప్పడం విని అతను ఆశ్చర్యపోయాడు: "ప్రియమైన, బ్రాహ్మణుడు నిన్ను కర్రతో కొట్టినందుకు నేను చాలా కలవరపడ్డాను. నన్ను పాలు పితకడానికి రేపు రానివ్వండి మరియు నేను ఉంటాను. అతన్ని మరణానికి తీసుకెళుతోంది." మరుసటి రోజు ఆవు తన దూడకు చేసిన ప్రతిజ్ఞను నెరవేర్చింది మరియు ఆవుకు పాలు ఇవ్వడానికి ప్రయత్నించినప్పుడు బ్రాహ్మణుడిని కొట్టి చంపింది.

అయితే ఆమె స్వతహాగా పవిత్రమైన జంతువు అయినప్పటికీ, అది అత్యంత ఘోరమైన పాపమైన బ్రాహ్మణుడిని చంపిందని దీని అర్థం. పాపం అగ్ని వేడిలో ఆవు. తెల్లగా ఉన్నప్పటికీ, తక్షణమే నల్లగా మారిపోయింది. ఆవు ఇంటి నుండి బయలుదేరింది, సువాడిని అనుసరించి, అతని వెనుక జరుగుతున్న బలాన్ని చూసి ఆశ్చర్యపోయింది. ఆవు వెంటనే నర్మదా నది ఒడ్డుకు, నందికేశ్వర అనే ప్రదేశానికి వెళ్ళింది. ఆమె ఆ ప్రదేశానికి సమీపంలో ఉన్న నదిలో స్నానం చేసిన వెంటనే, ఆమె తన అసలు రంగును తిరిగి పొందింది, మెరిసిపోతుంది. బ్రాహ్మణుడిని చంపిన పాపానికి ఉన్న కళంకం నర్మదా నది పవిత్ర జలాల ద్వారా పూర్తిగా కొట్టుకుపోయిందని సువాది ఊహించాడు. సువాడికి ఆశ్చర్యం కలిగింది మరియు ఈ తీర్థం ప్రాణాంతకమైన పాపాన్ని మూడు ముక్కల్లో కడిగివేయగలదు కాబట్టి ఈ తీర్థం అత్యంత శక్తివంతమైందనే స్పృహ అతనికి వెంటనే వచ్చింది.

కాశీకి బయలుదేరే ముందు ఆ నదిలో స్నానం చేయాలని నిర్ణయించుకున్నాడు. అతను అక్కడ స్నానం చేస్తుండగా ఒక అందమైన స్త్రీ అతన్ని ఎదిరించింది. "మీరు ఎక్కడికి వెళుతున్నారు . సువాడి." అని అడిగింది స్త్రీ. "కాశీలోని పవిత్ర గంగానదిలో నా తల్లి అస్థికలను విసిరేందుకు. "వాటిని ఇక్కడ మాత్రమే విసిరేయండి" అని స్త్రీ సలహా ఇచ్చింది. "ఇది చాలా దూరం వారణాసి కంటే గొప్ప తీర్థం" అని ఆ స్త్రీ వివరించింది. "అయితే నువ్వు ఎవరు" అని సువాడిని ఆశ్చర్యంగా అడిగింది, "నేను గంగా నదిని" అని సమాధానం వచ్చింది. అలా చెప్పి ఆ స్త్రీ అంతర్ధానమైపోయింది మరియు సువాది ఆమె సలహాను అనుసరించింది. వెంటనే అతను అలా చేసాడు, అతని చనిపోయిన తల్లి ఆకాశంలో కనిపించింది మరియు ఆమె పూర్తిగా సంతృప్తి చెందిందని అతనికి చెప్పింది.

'ఇప్పుడు నేను నేరుగా స్వర్గానికి ఎక్కుతాను," ఆమె చెప్పి అదృశ్యమైంది. నందికేశ్వరుడు పవిత్రమైన తీర్థాన్ని విడుదల చేసే ఆత్మ, ఎందుకంటే చాలా కాలం క్రితం ఋషిక అనే బ్రాహ్మణ స్త్రీ ఆ ప్రదేశంలో శివుడిని ప్రసన్నం చేసుకోవడానికి గొప్ప తపస్సు చేసింది. అప్పటి నుండి నందికేశ్వర్ శివ భక్తులకు చాలా పవిత్రమైన మరియు పవిత్రమైన ప్రదేశంగా పరిగణించబడుతుంది

(ii) అత్రేశ్వర తీర్థ

చాలా కాలం క్రితం కమద అనే అడవి ఉండేది. ఒకప్పుడు దాదాపు వందేళ్లపాటు అక్కడ వర్షాలు పడలేదు. ఫలితంగా చెట్లు ఎండిపోయి నివాసులకు ప్రత్యామ్నాయం లేకుండా పోయాయి. కాబట్టి పచ్చటి పచ్చిక బయళ్ల కోసం దానిని విడిచిపెట్టే అవకాశం వారికి లేదు. ఈ పరిస్థితిని చూసిన ఉన్నత

ఋషి అత్రి అక్కడ తపస్సు చేసి, ఈ ప్రాంతంలో ఇంద్రుని వర్షాన్ని కురిపించమని భక్తితో ప్రార్థించాలని నిర్ణయించుకున్నాడు. అత్రి మహర్షి భార్య అనుసూయ కూడా ఋషికి ఎంత కృతనిశ్చయంతో ఉందో అంతే దృఢ నిశ్చయం గల వ్యక్తి.

అందుకే తన భర్త సాంగత్యంలో వానదేవుడిని ప్రసన్నం చేసుకునేందుకు కష్టమైన తపస్సు కూడా చేయాలని నిర్ణయించుకుంది. వారిద్దరూ లోక కళ్యాణాన్ని నిర్ధారించే అంతిమ అధికారం అని వారు భావించే శివుడిని చాలా భక్తితో ప్రార్థించడం ప్రారంభించారు. వారు పూర్తి చేయడానికి ఎంచుకున్న తపస్సు ఎంత కష్టంగా ఉంది, వారిలో ఎవరు ఎక్కువ దృఢ నిశ్చయంతో ఉన్నారో నిర్ణయించడం కష్టంగా మారింది. యాభై నాలుగేళ్లు గడిచినా ఏమీ తినకుండా, తాగకుండా ధ్యానం చేస్తూనే ఉన్నారు.

శివుడు ఈ అడవిని చూసుకుంటాడని మానసికంగా భావించిన అత్రి యొక్క ధ్యానం చివరకు ముగిసింది. కానీ అతను తన ధ్యాన భంగిమ నుండి లేచినప్పుడు, అతనికి దాహం వేసింది. అందుకని దాహం తీర్చుకోవడానికి వెళ్లి నీళ్ళు తీసుకురమ్మని భార్యను కోరాడు. అనుసూయ నీటిని తీసుకురావడానికి వెళుతుండగా, పవిత్ర గంగా నది ఆమె ముందు కనిపించింది. "నీ అంకితమైన తపస్సుకి నేను సంతోషిస్తున్నాను" అంది గంగ. "ఏమిటి నీకు వరం కావాలా?" "మీరు నిజంగా నాతో సంతోషంగా ఉంటే, దయచేసి," అని అనుసూయ బదులిచ్చారు .

ఇక్కడ ఒక చెరువు కట్టి నీ నీటితో చెరువును నింపుము. "గంగా వెంటనే అనసూయ చెరువులో నుండి తన నీటి కుండను నింపి తీసుకువచ్చింది ఆమె భర్తకు నీరు. అత్రి ఈ నీటిని త్రాగడానికి సంతోషించాడు, అది అతనికి ఎప్పటికైనా తాగిన రుచికరమైన పానీయం.ఇలా ఎందుకు అని అనసూయను అడిగితే, జరిగినదంతా చెప్పింది. అత్రి తన భార్యతో కలిసి చెరువు వద్దకు వెళ్లాలని కుతూహలంగా భావించాడు. అప్పుడు వారు గంగను అభ్యర్థించారు . ఆ చెరువులో నది ఎప్పుడూ ఉంటూనే ఉంటుంది. ఒక సంవత్సరం పాటు కష్టతరమైన ఈ తపస్సు చేయడం ద్వారా తాను పొందిన ధార్మిక యోగ్యత (పుణ్య) అంతా అనుసూయ గంగకు అందజేస్తే గంగా కొనసాగడానికి అంగీకరించింది.

గంగను అక్కడ శాశ్వతంగా ఉండేలా ప్రలోభపెట్టేందుకు అనుసూయ వెంటనే తన పుణ్యంతో విడిపోయింది.ఇంతలో శివుడు అనుసూయ యొక్క ఈ అత్యంత ఉదాత్తమైన చర్యను గమనిస్తున్నాడు, ఆమె అడవిలోని జీవులకు క్షేమాన్ని అందించడం కోసం మతపరమైన పుణ్యాన్ని సంపాదించుకుంది. వెంటనే అనుసూయ ముందు ప్రత్యక్షమై ఆమెకు వరం ఇచ్చాడు. ఇకపై శివుడు ఆ కడమ అరణ్యంలో ఉండాలనే వరం కోరుకున్నారు అనుసూయ మరియు అత్రి.

18. దుష్ట దుర్యోధనుడు మోసపూరిత పాచఆట

ద్వారా హస్తినాపూర్‌లో అజ్ఞాతవాసంలో ఉన్న పాండవులు తమ రోజులను గడుపుతున్నారు. ఒకసారి రాజా పాండు యొక్క ఈ బహిష్కృత కుమారులు వారి సాధారణ భార్య ద్రౌపదితో అడవిలో విశ్రాంతి తీసుకుంటుండగా, గొప్ప ఋషి వేదవ్యాసుడు వారి దగ్గరకు చేరుకుని శివుడిని ప్రార్థించమని సలహా ఇచ్చాడు. అర్జునుడు, మూడవ పాండవ వారిలో అత్యంత తెలివైన యోధుడు కాబట్టి, వేదవ్యాసుడు శివుని భక్తితో ఆరాధించడం కోసం అతన్ని ఎంచుకున్నాడు. అతను అర్జునుడికి ఒక రహస్య మంత్రం (మంత్రం) కూడా చెప్పాడు, ఇది శివుడిని ముందుగానే ప్రసన్నం చేసుకోవడానికి చాలా ప్రభావవంతమైనది. అప్పుడు అర్జునుడు ఇంద్రకీల పర్వతానికి వెళ్లి భక్తితో శివారాధన చేయమని కోరాడు.

ఈ పర్వతం, హిమాలయాల మధ్య, పవిత్రమైన భాగీరథి నది ఒడ్డున ఉంది. అర్జునుడు అక్కడికి వెళ్లి శివుని పూజ కోసం ఒక చిన్న లింగాన్ని తయారు చేశాడు. అప్పుడు అతను గొప్ప ఋషి వేదవ్యాసులచే ఇవ్వబడిన శ్లోకాన్ని పఠిస్తూ స్వామికి రోజువారీ పూజ చేయడం ప్రారంభించాడు. 'శ్లోకం' జపిస్తున్నప్పుడు, అతను ఒక కాలు మీద మాత్రమే గంటల తరబడి నిలబడేవాడు. ఈ విధంగా అతని ఆరాధన కొనసాగింది. దీన్ని ప్రదర్శించే అరియున కథ కష్టతరమైన తపస్యా చాలా మంది వ్యక్తులతో చాలా దూరం వ్యాపించింది దాని గురించి ఆసక్తిగా ఉంది.

కానీ చూపరులకు మరియు ఇతర పరధ్యానాలకు తావులేదు . అతను శివుడిని ప్రసన్నం చేసుకోవడానికి గట్టి ప్రయత్నం చేస్తూనే ఉన్నాడు. ఒకరోజు తెల్లవారుజామున అర్జునుడు పూజ ప్రారంభించాడు. అకస్మాత్తుగా ఒక పంది అతనికి దగ్గరగా వచ్చింది. అతను పరధ్యానంలో పడే అవకాశాన్ని అంతం చేయడానికి, అతను తన వణుకు నుండి పొడవైన బాణాన్ని తీసి, దానిని తన విల్లుకు అమర్చాడు మరియు పందిని గురిపెట్టి కాల్చాడు. అయితే తన బాణం ముందున్న పందికి తగలడంతో అర్జునుడు కూడా ఎలుగుబంటికి మరో బాణం తగిలినట్లుగా శబ్దం వినిపించింది. అర్జునుడు ఒక వేటగాడిని చూశాడు .

నవ్వుతూ, ఎరకు కొన్ని గజాల దూరంలో నిలబడి. అయితే ఆ పందిని ఎవరు చంపారనే వివాదం తలెత్తింది. అర్జునుడు అది తనది అని చెప్పగా, వేటగాడు అది తన వేట అని చెప్పాడు, అతని బాణం దానిని చంపింది.వివాదం పరిష్కరించబడకపోవడంతో ఇద్దరూ తమ ఆయుధాలను చేతిలోకి తీసుకొని ఒకరిపై ఒకరు విసరడం ప్రారంభించారు. అర్జునుడు ప్రయోగించిన బాణాలను వేటగాడు సులువుగా నరికాడు. "ఎవరు కావచ్చు?" అర్జునుడు అయోమయంలో పడ్డాడు. "అర్జునుడు వేసిన బాణాలను

ఛేదించేంత నిష్ణాతుడైన శంకరుడు తప్ప మరెవరూ లేరని నేను అనుకోను." అప్పుడు అతను మానసికంగా శంకర్ భగవానుడిపై తన మనస్సును కేంద్రీకరించాడు మరియు తన తదుపరి బాణం వేయడానికి ముందు లింగానికి కొన్ని పుష్పాలను సమర్పించాడు. మరియు ఇదిగో, అతను ఆ వేటగాడి తలపై ఆ పువ్వులను కనుగొన్నాడు. అర్జునుడు తన ప్రత్యర్థి ఎవరో వెంటనే గుర్తించి, త్వరగా తన విల్లు మరియు బాణాలను పక్కకు విసిరి, వేటగాడి పాదాలపై పడ్డాడు, అతను మరెవరో కాదు, శివుడే మారువేషంలో ఉన్నాడు.

అప్పుడు శివుడు తన సాధారణ రూపంలో కనిపించాడు మరియు అర్జునుడిని అతని హృదయానికి నొక్కి ఉంచాడు. అర్జునుడు ఇలా అన్నాడు: "ఓ ప్రభూ, నేను నీతో గొడవకు దిగినందుకు నన్ను క్షమించు." "బాధపడకు అర్జునా, ఉత్తమ విలుకాడు" అన్నాడు శివుడు. "మీరు నా నుండి మీ వరం పొంది ఉండవచ్చు, దాని కోసం మీరు నన్ను ఇదంతా కోరుతున్నారు . అయితే" అర్జునుడు భూమిపై కీర్తిని పొందగల వరం కోరుకున్నాడు. "అలా ఉండు." శివుడు ఏ ఆయుధంతోనూ నరికివేయలేని తన ప్రసిద్ధ 'పశుపతి అస్త్రాన్ని' కూడా అతనికి అప్పగించాడు. ఈ ఆయుధాన్ని స్వాధీనం చేసుకోవడం వల్ల అర్జునుడు భూమిపై అజేయుడు అయ్యాడు.

19. విష్ణువు సుదర్శన చక్రాన్ని ఎలా పొందాడు

ప్రాణాంతక డిస్కస్ ఆకారంలో ఉన్న ఆయుధం, చక్ర సుదర్శనం, విష్ణువు యొక్క ప్రసిద్ధ ఆయుధం అని మనందరికీ తెలుసు, ఇది చాలా ప్రభావవంతమైన ఆయుధంగా చెప్పబడింది, అది ఎప్పుడూ తన లక్ష్యాన్ని కోల్పోలేదు మరియు లక్ష్యాన్ని చంపిన తర్వాత లేదా కొట్టిన తర్వాత ఎల్లప్పుడూ విష్ణువు వద్దకు తిరిగి వస్తుంది. ఈ అద్భుతమైన ఆయుధం భగవంతుని నుండి విష్ణువు వద్దకు వచ్చింది . శివుని అనుగ్రహం. వివరాలను వివరించే కథ క్రింద ఇవ్వబడింది. యుగయుగాల క్రితం, యధావిధిగా, వారి రాజ్యం నుండి వారిని తరిమికొట్టిన రాక్షసుడు ఒకప్పుడు దివ్యాంగులను చాలా ఇబ్బంది పెట్టాడు. ఈ దుస్థితి నుండి విముక్తి కోసం దేవతలు విష్ణువును ప్రార్థించవలసి వచ్చింది.

కానీ శివుడు వారి ధ్యానం నుండి బయటపడగలిగితే మాత్రమే వారు రాక్షసులను పీడించే మార్గాన్ని నేర్చుకోగలరని విష్ణువు చెప్పాడు. దేవుడి సలహా మేరకు విష్ణువు కైలాసానికి వెళ్లి శివుడిని ప్రార్థించాడు. కానీ అతను శివుడిని పిలవడానికి ఎంత లోతుగా కేంద్రీకరించినప్పటికీ, అతనికి అవతలి సైపు నుండి ఎటువంటి స్పందన రాలేదు. అతను శివుడిని ప్రసన్నం చేసుకునేందుకు తెలిసిన అన్ని 'మంత్రాలు' మరియు శ్లోకాలను జపించాడు కానీ ఫలితం లేదు. చివరగా అతను శివునికి అంకితమైన 1000 నామాలను జపించడం ద్వారా ప్రత్యేక భక్తిని ప్రారంభించాడు.

ప్రతిరోజు జపం పూర్తయ్యాక శివుని చిహ్నానికి 1000 తామరపువ్వులను సమర్పించి తన ఆరాధనను పూర్తి చేస్తాడు. ఇది కూడా కొన్ని రోజులు కొనసాగింది. చివరగా, శివునికి ప్రేరేపణ జరిగింది. కానీ అతని పట్ల విష్ణు భక్తిని పరీక్షించాలనుకున్నాడు. కాబట్టి, ఒక రోజు, 1000 నామాలను జపించడం ముగిసినప్పుడు, పూజను అధికారికంగా పూర్తి చేయడానికి అక్కడ ఉంచిన 1000 పువ్వుల నుండి ఒక తామర పువ్వును దొంగిలించాడు. శివుడు నిశ్శబ్దంగా ఆ పువ్వును తీసుకెళ్ళాడు. ఒక తామరపువ్వు కనిపించకపోవడంతో విష్ణువు ఇలా అనుకున్నాడు: "అందరూ అంటున్నారు . నా కళ్ళు తాజా తామర పువ్వులలా కనిపిస్తున్నాయి, నష్టాన్ని పూడ్చుకోవడానికి నేను వాటిలో ఒకదాన్ని ఎప్పుడు తీయకూడదు." ఇలా ఆలోచిస్తూ అతను తన ఒక కన్ను తీసి 999 తామర పువ్వులతో పాటుగా అర్పించాడు. శివుడు ఇప్పుడు చాలా సంతోషించాడు. విష్ణువుతో కలిసి అతని ముందు ప్రత్యక్షమయ్యాడు.విష్ణువుకు ఒక వరం ఇవ్వాలని ప్రతిపాదించాడు. "ప్రభూ నాకు అటువంటి శక్తివంతమైన ఆయుధాన్ని 'ఇవ్వండి, అది ఎప్పటికీ నాశనం చేయబడదు మరియు అది ఎప్పటికీ దాని లక్ష్యాన్ని కోల్పోదు. నాకు రాక్షసులతో పోరాడటానికి ఇది అవసరం." విష్ణు కోరారుశివుడు వెంటనే ఈ సుదర్శన చక్రాన్ని సంపాదించి, దానిని విష్ణువుకు సమర్పించి ఇలా అన్నాడు: "ఈ ఆయుధాన్ని తీసుకోండి, అప్పగించిన పనిని పూర్తి చేసిన తర్వాత ఇది ఎల్లప్పుడూ మీ వద్దకు తిరిగి వస్తుంది. "విష్ణువు కృతజ్ఞతతో దానిని అంగీకరించాడు మరియు త్వరలో రాక్షసులను చంపాడు

20. శివునికి వేయి నామాలు.

అనేక ప్రతికూలతల క్రితం, దేవతలు మరియు రాక్షసుల మధ్య భీకర యుద్ధం జరిగింది. దేవతలు కొట్టిన శబ్దం అందుకుని పారిపోయారు. వారు పారిపోతుండగా, విష్ణువు ఎదురయ్యారు. విష్ణువు కారణాన్ని అడిగి దాని గురించి తెలుసుకున్నప్పుడు, అతను దేవతలను త్రిపురారి (శివుడిని) ప్రార్థించడం ప్రారంభించమని సలహా ఇచ్చాడు, ఎందుకంటే అతను మాత్రమే ఈ కోపంతో ఉన్న రాక్షసులను అణచివేయగలడు.

అప్పుడు విష్ణువు కూడా దేవతలను వారి సన్నిధికి పిలవడానికి శివునితో చేరాడు. విష్ణువు మార్గనిర్దేశం చేసిన వారు శివుని 1000 నామాలను జపించారు. [సౌలభ్యం కోసం ఈ 1000 పేర్లన్నీ ఒక్కొక్కటి 10 పేర్లతో కూడిన వర్గాలలో సమూహం చేయబడ్డాయి]. ఈ పేర్లు:

1. గుణకరగ, సత్యసత్యపర, దిన, ధర్మగ, ఆనంద, ధర్మసాధన, అనంతదృష్టి, దండ, దమయిత, దమ.
2. అభివద్యా, మహామాయ, విశ్వకర్మ, విశారద, వితరాగ, వినీత, తపస్వి, భూతభావన, ఉన్మత్తవేష, ప్రచ్ఛన్న.
3. జితకమ, అజితప్రియ, కల్యాణప్రకృతి, కల్ప, సర్వలోకప్రజాపతి, తరస్వి, తవక, ధీమన, ప్రధానప్రభు, అవ్యయ
4. లోకపాల, అంతర్హితాత్మ. కల్పాది. కమలేక్షణ, వేదశాస్త్రతత్త్వజ్ఞ. అనియమా. నియతాశ్రయ । చంద్ర. సూర్య, శని.
5. కేతువు, వరంగ, విద్రుమాచ్ఛవి, భక్తివశ్య, అనఘు, పరబ్రహ్మామృగవానార్పణ, అద్రి, అద్ర్యాలయ, కాంత, పరమాత్మ.
6. జగద్గురువు, సర్వకర్మలయ, తుష్ట, మాంగల్య, మంగళావృత, మహాతప, దీర్ఘతప, స్థవిష్ఠ, స్థవిర, ధ్రువ.
7. ఆహ, సంవత్సర, వ్యాప్తి, ప్రమాణ, పరమతప, సంవత్సరాకార, మంత్రప్రత్యయకార, సర్వేశ్వర, అజ, సర్వదర్శన.
8. సిద్ధ, మహారేత, మహాబల, యోగి, యోగ్య, సిద్ధి,మహాతేజ, సర్వాది, ఆగ్రహ, వసు.
9. వసుమన, సత్య, సర్వపాపహర, సుకీర్తి, శోభన, శ్రీమనఅవన్మానసగోచర, అమృతశాశ్వత, శాంత, పాత నుండి.
10. మృదు, సమాధివేద్య, కోదండి, నీలకంఠ, పరశ్వాధి, విశాలాక్ష, మృగవ్యాధ, సురేశ, సూర్యతాపన, ధర్మధామము.
11. క్షమక్షేత్ర, భగవాన, భగనేత్రభిద, దాత, దయాకర, భవ, సవగతః, పురుష, సర్వ, అర్థితవ్య.

12. దక్ష, కర్మండి, కామశాసన, శ్మశాననిల్య, సూక్ష, శ్మశానస్థ, మహేశ్వర, లోకకర్త, మృగపతి, మహాకర్త.

13. మహౌషధి, ఉత్తర, గోపతి, గోప్త, జ్ఞానగిమ్య, పురాతన, నీతి, సునీతి, శుద్ధాత్మ, సోమ.

14. సోమరత, సుఖి, సోమపా, అమృతప, సౌమ్య, మహాతేజ,మహాద్యుతి, తేజోమయ, అమృతమయ, అన్నమయ.

15. సుధాపతి, అజాతశత్రు, ఆలోక, సంభవ్య, హవ్యవాహన, లోకాకార, వేదకార, సూత్రకార, సనాతన, మహర్షి.

16. కపిలాచార్య, విశ్వదీప్తి, విలోచన, పినాకపాణి, భూదేవ, స్వస్తిదా, స్వస్తికృత, సుధీ, ధాత్రిధామ, ధమకార.

17. సర్వగ, సర్వగోచర, బ్రహ్మాశ్రీక, విశ్వశ్రీక, సర్గ, కరణీకర, ప్రియ, కవి, శాఖ, విశాఖ.

18. గోశాఖ, శివ, భిషక, అనుత్తమ, గంగాప్లవోదక, భవ్య, పుష్కల, స్థపతి, స్థిర, విజితాత్మ.

19. విషయాత్మ, భూతవాహన, సారథి, సాగన, గణకాయ, సుకీర్తి, చిన్నసంశయ కామదేవ, కమపాల, భస్మోద్ధులిత-విగ్రహ.

20. భస్మప్రియ, భస్మశాయి, కమీ, కాంత, కృతాగమ, సమవర్త, నివృత్తాత్మ, ధర్మపుంజ, సదాశివ, అకల్మష.

21. చతుర్వాహు, దుర్వాస, దురాసద, దుర్లభ, దుర్గమ, దుర్గ, సర్వాయుధవిశారద, అధ్యాత్మయోగనిలయ, సుతంతు, తంతుర్వర్ధన.

22. శుభాంగ, లోకసారంగ, జగదీశ, జనార్ధన, భస్మశుద్ధికర, మేరు, ఓజస్వి, శుద్ధవిగ్రహ, అసధ్య, సాధుసాధ్య.

23. భృత్యమర్కటరూపధ్రికా, హిరణ్యరేత, పౌరణ, రిపూజీవహర, బాల, మహాప్రాద, మహాగర్త, వ్యాలి, సిద్ధవృన్దరవందిత, వ్యాఘ్రచర్మాంబర.

24. శివ, హర మృడ, రుద్ర, పుష్కర, పుష్పలోచన, అర్థిగమ్య, సదాచార, శర్వ, శంభు.

25. మహేశ్వర, చంద్రపిడ, చంద్రమౌళి, విశ్వ, విశ్వమారేశ్వర, వేదాంతసారసన్దోహ, కపిల్, నీలలోహిత, ధ్యానధార, అపరిచ్ఛేద్య.

26. తుర్వాహు, దుర్వాస, దురాసద, దుర్లభ, దుర్గమ, దుర్గ, సర్వాయుధవిశారద, అధ్యాత్మయోగనిలయ, సుతంతు, తంతుర్వర్ధన , శుభాంగ, లోకసారంగ, జగదీశ .

27. మహాదేవ, పటు, పర్వ్పడ, దృఢ, విశ్వరూప, విరూపాక్ష, వాగీశ, శుచిసత్తమ, సర్వప్రమాణసంవాది, వృశంక.

28. వృషవాహన, ఈశ, పినాకి, ఖట్వాంగ, చిత్రవేష, చిరంతన, తమోహర, మహాయోగి, గోప్త, బ్రహ్మ.

29. ధూర్జటి, కలకాల, కృత్తివాసః, సుభగ, ప్రణవాత్మక, ఉన్నాధ్ర, పురుష, జుష్య, దుర్వాస, పురశాసన.

30. దివ్యాయుధ, స్కందగురు, పరమేష్ఠి, పరాత్పర, అనాదిమధ్యనిధన, గిరీశ, గిరిజాధవ, కుబేరబంధు, శ్రీకంఠ మరియు లోకవర్ణోత్తమ.

31. మహాభూత, మహానిధి, అమృతశ, అమృతవపు, పాంచజన్య, ప్రభంజన, పంచవింశతితత్త్వస్థ, పారిజాత, పర-ఊర, సులభ.

32. సువ్రత, శూర, బ్రహ్మవేదనిధి, నిధి, వర్ణాశ్రమగురువు, వర్ణి, శత్రుజిత, శత్రుతాపన, ఆశ్రమ, క్షపణ.

33. క్షమ, జ్ఞానవన, అచలేశ్వర, ప్రమాణభూత, దుర్జ్ఞేయ, సుపర్ణ, వాయవాహన, ధనుర్ధర, ధనుర్వేద, గుణరాశి.

34. గురుడ, లలితా, అభేద, భవాత్మాత్మసంస్థిత, వీరేశ్వర, వ్యవసాయ, వ్యవస్థాన, హర జగదీయ, పరమం.

35. వీరభద్ర, విరాసనవిధి, విరాట, విరచూడామణి, వేట్ట, తివ్రానంద, నదీధర, అజ్ఞాధార, త్రిశూలి, శిపివిష్ట.

36. శివాలయ, బాలఖిల్య, మహాచాప, తిగ్మాంశు, బధిర, ఖగ, అధిరామ, సుశరణ, సుబ్రహ్మణ్య, సుధాపతి.

37. మఘువన, కౌశిక, గోమన, విరామ, సర్వసాధన, లలాటాక్ష, విశ్వదేహ, సార, సంసారచక్రభృత, అమోఘదండ.

38. మధ్యస్థ, హిరణ్య, బ్రహ్మవర్చసి, పరమార్థ, పర, మయి, శంబర, వ్యాఘ్రాలోచన, రుచి, విరించి.

39. స్వరబంధు, వాచస్పతి, ఆహారపతి, రవి, విరోచన, స్కంద, శాస్తా, వైవస్వత, యమ, యుక్తి.

40. ఉన్నటకిరీటి, సానురాగ, పరంజయ, కైలాశాధిపతి, కాంత, సవిత, రవిలోచన, విద్వత్తమ, వితభయ, విషభర్త.

41. అనివారిత, నిత్య, నియతకల్యాణ, పుణ్యశ్రవణకీర్తన, దురాశ్రవ, విశ్వసః, ధ్యేయ, దుఃస్వప్ననాశన, ఉత్తరాన, దుష్కృతిః.

42. విజ్ఞేయ, దుఃసహ, భవ, అనాది, భూర్భువక్షి, కిరీటి, రుచిరంగద, జనన, జనజన్మది, ప్రీతిమాన.

43. పరతప్వన, కమదలుంధర, ధన్వి, వేదాంగ, వేదవిత, ముని, భ్రజిహ్ను, భోజన, భోక్త, లోకంత.

44. దురాధర, అతింద్రియ, మహామాయ, సర్వవాస, చతుష్పథ, కాలయోగి, మహానాదు, మహోత్సాహ, మహాబల, మహాబుద్ధి.

45. మహావీర్య, భూతచారి, పురందర, నిశాచార, ప్రేతాచారి, మహాశక్తి, మహాద్యుతి, అహిరశ్యవపు, శ్రీమన, సర్వాచార్యమానోగతి.

46. వహుష్టుత, నియతాత్మ, ధ్రువ, అధృవ, సర్వశస్క, ఓజస్తేజోద్యుతిధార, నర్తక, నృత్యప్రియ, నృత్యనిత్య, ప్రకాశాత్మ.

47. ప్రకాశక, స్పష్టాక్షర, బుధ, మంత్ర, సమాన, సరసంప్లవ యుగాదిక్రీడ, యుగావర్త, గంభీర, వృషవన.

48. ఇష్ట, విశిష్ట, శిష్టేష్ట, శలభ, శరభ, ధను, తీర్థరూప, తీర్థనామ, తీర్థదృశ్య, స్తుత.

49. అర్థద, ఆపమ్నిధి, అధిష్ఠాన, విజయ, జయకళవిత, ప్రతిష్ఠిత, ప్రమాణజన, హిరణ్యకవచ, హరి, విమోచనను ఇన్‌స్టాల్ చేయడానికి.

50. హిరణ్యగర్భ, ద్రుహిణ, భూతపాల, భూపతి, సద్యోగి, యోగవిత్, యోగి, వరద, బ్రాహ్మణప్రియ, దేవప్రియ.

51. దేవనాథ, దేవజన, దేవచింతక, విషమక్ష, విశాలాక్ష, వృషద, వృషవర్ధన, నిర్మమ, నిరహంకార, నిర్మోహ.

52. నిరుపద్రవ, దర్పహ, దర్ప, దృత, సర్వభూతపరివర్తక, సహస్రజిత్, సహరార్చి, ప్రభవ, స్నిగ్ధప్రకృతిదక్షిణ, భూతభవ్యభావన్నత.

53. భూతినాశన, అర్థ, అనర్థ, మహాకోశ, పరకార్యైకపండిత, నిష్కణ్టక, కీర్తానంద, నిర్వ్యాజ, వ్యాజమర్దన, సత్త్వవన.

54. సాత్త్విక, సత్యకీర్తి, స్నేహకృతాగమ, అకంపిత, గుంగ్రాహి, నైకాత్మ, నైకకర్మకృత, సుప్రీత, సుముఖ, సుక్ష.

55. శుకర, దక్షిణానిల, నందిస్కంధధార, ధుర్య, ప్రకట, పృత్వధన, అపరాజిత, సర్వసత్త్వ, గోవింద, అధృత.

56. సత్త్వవాహన, స్వాధియ, సిద్ధ, పుటమూర్తి, యశోధన, వరాహభృంగదృక, భృంగి, బలవన, ఏకనాయక, శృతిప్రకాష్ , ఏకబంధు .

57. శ్రుతిమాన, అనేకకృత్, శ్రీవత్సలశివారంభ, శాంతభద్ర, సామ, యశ, భూషయ, భూషణ, స్థానద.

58. సురగణ, విద్య, విందుసంశ్రయ, బలరూప, వికర్త, బలోన్మత్త, గహన, గుహ, కరణ, కర్త.

59. సకల, నిష్కల, అనఘు, అకల, సకలధార, పాండురాభా మృడ నతా పూర్ణా పురవీతా

60. పుణ్య, సుకుమార, సులోచన, సుమగేయప్రియ, అక్రాగ, పుణ్యకీర్తి, అనామయ, మనోజవ, తీర్థకర, జటిల.

61. జీవితేశ్వర, జీవితాంతకర, నిత్య, వసురేత, వసుప్రద, సద్గతి, సత్కృతి, సిద్ధి, సజ్జతి, కాలకంటక

62. కలాధర, మహాకాళ, భూతసత్యపారాయణ, లోకాలావణ్యకర్త, లోకోత్తరసుఖాలయ, చంద్రసంజీవన, శాస్తా, లోకగూడ, మహాదియ, లోకబంధు.

63. లోకనాథ, కృతజ్ఞ, కృత్తిభూషణ, అనపాయ, అక్షర, కాంత, సర్వశాస్త్రభూద్వార, తేజోమయ, ద్యుతిధర, లోకాగ్రణి.

64. అను, శుచిస్మిత, ప్రసన్నాత్మ, దుర్జేయ, దురతిక్రమ, జ్యోతిర్మయ, జగన్నాథ, నిరాకార, జలేశ్వర, తుంబవ్మ. మహాకోప, విశోక, శోకనాశన, త్రిలోకప, త్రిలోకేశ, సర్వశుద్ధి, అధోక్షజ, అవ్యక్తలక్షణ, దేవ, వ్యక్తావ్యక్త.

65. విశంపతి, వరశీల, వరగుణ, శరమంధన, మాయ, బ్రహ్మ, విష్ణు, ప్రజాపాల, హంస, హంసగతి.

66. వయ, వేధ, విధాత, ధాత, స్రష్ట, హర్తా, చతుర్ముఖ, కైలాసశిఖరావాసి, సర్వవాసి, సదాగతి.

67. ఉనిష్పన్న, సురభి, శిశిరాత్మక, వసంత, మాధవ, గ్రీష్మ, నభస్య, విజవాహన, అంగీర, గురు.

68. ఆత్రేయ, విమల, విశ్వవాహన, పావన, సుమతి, విద్వాన, త్రవిద్య, నరవాహన, మనోబుద్ధి, అహంకార.

69. క్షేత్రజ్ఞ, క్షేత్రపాలక, జమ్మదగ్ని, బాలనిధి, విగలల్, విశ్వగలవ, అఘోర, అనుత్తర, యజ్ఞ, శ్రేయ.

70. నిశ్రేయఃపథ, శైల, గగనకుండభ, దానవరీ, అరిందమ, రజనీజనక, చారువిశల్య, లోకకల్పధృక, చతుర్వేదం,చత్రుభావ.

71. చతుర, చతురప్రియ, ఆమ్లయ, సమమ్లయ, తీర్థవేద- శివాలయ, వహురూప, మహారూప, సర్వరూప, చరాచర, న్యాయనిర్మయక.

72. న్యాయీ, న్యాయగమ్య, నిరంతర, సహస్రమూర్ధ, దేవేంద్ర, సర్వశాస్త్రప్రభంజన, ముండ, విరూప, విక్రాంతం, దండి.

73. దంత, గుణోత్తమ, పింగలాక్ష, జనాధ్యక్ష, నీలగ్దండి నిరామయా, సహస్రవహు, సర్వేశ, శరణాయ, సర్వలోకధృకా.

74. పద్మాసనం, పరమజ్యోతి, పరంపర, పరమ ఫల, పద్మగర్భ, మహాగర్భ, విశ్వగర్భ, విచక్షణ, చరాచరజ్ఞ, వరద.

75. వరేశ, మహాబల, దేవాసురగురు, దేవ, దేవౌర-మహాశ్రయ, దేవాదిదేవ, దేవాగ్ని, దేవాగ్నిసుఖద, ప్రభు, దేవాసురేశ్వర.

76. దివ్య, దేవాసురమహేశ్వర, దేవదేవమయ, అచింత్య, దేవదేవతామసంభవ, సద్యోని, అసురవ్యాఘ్ర,దేవసింహ, దివాకర, విభుధాగ్రవర.

77. శ్రేష్ఠ, సర్వదేవోత్తమ్మోత్తమ, శివజ్ఞానరత, శ్రీమన, శిఖి-శ్రీపర్వతప్రియ, వజ్రశాస్త్రా, సిద్ధఖడ్గి, నరసింహనిపాటన, బ్రహ్మచారి, లోకాచారి.

78. ధర్మాచారి దండిప, నంది, నందీశ్వర, అనంత, నాగవ్రతధార, శుచి, లింగాధ్యక్ష, సురాధ్యక్ష, యోగాధ్యకుడు.

79. యుగవాహ, స్వధర్మ, స్వర్గత, స్వర్గఖర, స్వరమయస్వన, వనాధ్యక్ష, విజకర్తసురాధ్యక్ష ధర్మసభ, దంభ.

80. అలోభ,అర్థవిత్, శంభు, సర్వభూతమహేశ్వర, శ్మశాననిలయ, త్ర్యక్ష, సేతు, అప్రతిమాకృతి, లోకోత్తరాలఘుటలోక, త్రయంబక.

81. నాగభూషణ, అంధకారి, మఖద్వేషి, విష్ణుకంధరపటన, ధూర్జటి, ఖండపర్శు, పాపహారి, ఆకర్తీ హర, రుద్ర.

82. నీతిమాన, ధవ, వసిష్ఠ, కశ్యప, భాను, భీమ, భీమపరాక్రమ, ప్రణవ, సల్పత్పాదార, మహాకాశ.

83. మహాఘున, జన్మాధిప, మహాదేవ, సకలగమపరాగ, తత్త్వ, తత్త్వ, ఏకాత్మ, విభు, విశ్వవిభూషణ, ఋషి

84. బ్రాహ్మణ, ఐశ్వర్యజన్మనృత్యుజరాతిగపంచయజ్ఞసముత్పత్తి, విశ్వేశ, విమలోదయ,

85. ఆత్మయోని, వత్సల, భక్తలోకాద్రికా, గాయత్రీవల్లభ, అతను ప్రారంభించాడు.

86. ప్రాంశు, విశ్వవాస, ప్రభాకర, శిశు, గిరిరాత, సమ్రాత, సుషేణ, సురశత్రుహ, అమోఘ, అరిష్టనేమి.

87. కుముద, విగతజ్వర, స్వయంజ్యోతి, తనుజ్యోతి, అచంచల, ఆత్మజ్యోతి, పింగళ, కప్లియాశ్మశ్రు, భలనేత్ర,త్రయితను.

88. జ్ఞానస్కందర్ణహనితి, విశ్వోత్పత్తి, ఉపప్లవ, భాగ, వివస్వన, ఆదిత్య, యోగపర, దివస్పతి, కళ్యాణగుణనామ, పాపహ.

89. పుణ్యదర్శన, ఉదరకీర్తి, ఉద్యోగి, సద్యోగి, సదాసన్మయ, నక్షత్రమాలి, దివస్పతి, నకేశ, స్వాధిష్ఠానపదాశ్రయ, పవిత్ర.

90. మణిపూర, నభోగతి, హృత్, పుండరీకాశిన, శత్రు, శ్రాంత, వృషాకపి, ఉష్ణ, గృహపతి, కృష్ణుడు.

91. పరమార్థ, అనర్థనాశన, అధర్మశత్రు, ఆజ్ఞేయ, పురుహూత, పురుష్టుత, బ్రహ్మగర్భ, వృహద్గర్భ, ధర్మధేను ధనగమ.

92. జగద్ధితైషి, సుగత, కుమార, కుశలాగమ, హిరణ్యవర్ణ, జ్యోతిష్మణ, నానాభూతరత, ధ్వని, అరగ, నయనాధ్యక్ష

93. విశ్వామిత్ర, ధనేశ్వర, బ్రహ్మజ్యోతి, వసుధామ, మహాజ్యోతీయనుత్తమ, మాతామహ, మాతరీశ్వ, నభస్వన, నాగహారాద్రిక, పులస్త్య.

94. పులహ, అగస్త్య, జాలుకర్ణ్య, పరాశర, నిరవరణనిర్వర, వైరంచ్య, విష్టశ్రవ, ఆత్మభూ, అనిరుద్ధ, అత్రి.

95. జ్ఞానమూర్తి, మహాయశ, లోకవిరాగ్రణి, వీర, చండ, సత్యపరాక్రమ, వ్యాలకల్ప, మహాకల్ప, కల్పవృక్ష, కళాధార.

96. అలంకరిష్ణు, అచల, రోచిష్ణు, విక్రమోన్నత, ఆయుఃశబ్దపతి, వేగి, ప్లవన, శిఖిసారథి, అసంస్పృష్ట, అతిథి.

97. శత్రుప్రేమతి, పాదపాసన, వసుశ్రవ, ప్రతాప, హవ్యవాహ, విశ్వభోజన, జపయ, జరాదిశమన, లోహితాత్మ, తనునపాత.

98. వృహదశ్వ, నభోయోని, సుప్రతిక, తామిస్రహ, నిదఘ, తపన, మేఘ, స్వక్ష, పరపురంజయ, సుఖనిల.

99. వివిక్షు, విశారద, శుభ, శుభ, కర్త, శుభనామ, శోభన్, అనర్తిత, అజీనా, సాక్ష పరతవృత్తి, నిత్యశాంతిపరాయణ, మహాత్యాగి, సత్యవ్రత,

100. నీలలోహిత, కాలేహ, భక్తి రాజా, అకంప భూతభావన, భూతకృతి.

21. వేదనిధి కథ

చాలా కాలం క్రితం అవంతి (ఉజ్జయని, ఆధునిక ఉజ్జయిని) నగరంలో చాలా నీతిమంతుడైన బ్రాహ్మణుడు నివసించాడు. అతను చాలా భక్తిపరుడు మరియు సత్యవంతుడు. అతనికి సునిధి మరియు వేదనిధి అనే ఇద్దరు కుమారులు ఉన్నారు. చిన్న కొడుకు వేదనిధి దుర్మార్గుడు, దుష్టబుద్ధి కలవాడు. బ్రాహ్మణుడు అవంతి రాజుకు పూర్వపు సత్య స్వభావము మరియు ధర్మబద్ధమైన ప్రవర్తన కారణంగా అతనికి ఇష్టమైనవాడు.

ఒకసారి రాజు బ్రాహ్మణుడికి బంగారు కంకణం సమర్పించాడు. బ్రాహ్మణుడు దానిని ఇంటికి తీసుకెళ్ళి పూర్తిగా సురక్షితంగా ఉంచడానికి తన భార్యకు ఇచ్చాడు. కానీ దుర్మార్గుడైన కొడుకు వేదనిధి దాని గురించి తెలుసుకోగలిగాడు. అతను దానిని నిశ్శబ్దంగా దొంగిలించి ఒక నాచ్-గర్ల్‌కి అందించాడు. ప్రొవిడెన్స్ చెప్పినట్లుగా, ఒక రోజు ఆ డ్యాన్స్ అమ్మాయి రాజు ఆమెకు నృత్య ప్రదర్శన ఇవ్వమని పిలిచాడు. ప్రదర్శన సమయంలో రాజు పవిత్ర బ్రాహ్మణుడికి ఇచ్చిన బంగారు బంగెల్‌ను గుర్తించాడు. ప్రదర్శన తర్వాత డ్యాన్స్ చేస్తున్న అమ్మాయికి తగిన పరిహారం చెల్లించిన తర్వాత అతను ఆ కంకణాన్ని తిరిగి పొందాడు.తర్వాత బ్రాహ్మణుడిని పిలిపించాడు. "నేను నీకు బంగారు కంకణం ఇచ్చానని గుర్తుందా?" రాజు "దయచేసి దానిని నాకు తిరిగి ఇవ్వగలవా? నాకు ఇది కావాలి" అని అడిగాడు, బ్రాహ్మణుడు త్వరత్వరగా ఇంటికి తిరిగి వచ్చి తన భార్యను కంకణం అడిగాడు. అయితే రోజంతా వెతికినా ఆచూకీ లభించలేదు.

ఆ తర్వాత దానిని వేదనిధి దొంగిలించాడని తేలింది. బ్రాహ్మణుడు తన కొడుకును ఇంటి నుండి బహిష్కరించి శిక్షించాడు. వేదనిధి అక్కడక్కడ తిరుగుతూ ఆహారం అడుక్కునేవాడు. తద్వారా అతను తినవచ్చు. ఒకరోజు అతనికి ఆహారం లభించలేదు. అది జరిగింది శివరాత్రి పవిత్రమైన రోజు, శివుని పెళ్లి రోజు. వేదనిధి దాని గురించి తెలుసుకున్నాడు. చాలా మంది శివాలయానికి వెళ్లడం అతను చూశాడు వారి చేతుల్లో ఆహారంతో సహా అన్ని రకాల నైవేద్యాలు. దుష్ట బ్రాహ్మణుడు అతను కొన్ని ఆహార పదార్థాలను దొంగిలించగలడని మరియు తద్వారా తన ఆకలిని తీర్చగలడని భావించాడు. భక్తులను వెంబడించి గుడికి వెళ్లి ప్రార్థనలు చేసి నిద్రపోయే వరకు వేచి ఉన్నాడు.అతను అందరూ నిద్రపోతున్నట్లు గుర్తించారు.

వేదనిధి నైవేద్యాలు ఉంచిన ప్రదేశానికి చేరుకున్నాడు. ఆ ప్రదేశం సరిగ్గా లింగానికి ముందు ఉంది. అక్కడ చాలా చీకటిగా ఉంది మరియు వేదనిధికి బాగా కనిపించలేదు. ఒక మట్టి దీపం వెలుగుతూ ఉండగా ఆ దీపపు నీడ లింగంపై పడింది. వేదనిధి తన బట్టలోంచి ఒక గుడ్డను చింపి, దీపం బాగా కాలిపోయేలా దీపంలో నింపాడు. ఇది దీపం యొక్క ఫ్లిక్ పైకి లేచింది, ఇది లింగంపై పడిన నీడను

తొలగించింది. అయితే ప్రసాదంలోని తినుబండారాలను వేదనిధి దొంగిలించబోతుండడంతో భక్తులు మేల్కొన్నారు. ఈ చోరబాటుదారుడిని చూసి వారు వేదనిధిని వెంబడించి అతనిపై అనేక బాణాలు వేశారు. ఈ బాణాలు వేదనిధికి తగిలి అతడు మరణించాడు.

అతని మరణం తరువాత, వేదనిధి యొక్క ఆత్మను నరకానికి తీసుకెళ్లడానికి యమ (మరణదేవుని) దూతలు అక్కడికి వచ్చారు, అయితే శివుని అనుచరులు కూడా అక్కడికి చేరుకుని వారిని అలా చేయకుండా అడ్డుకున్నారు. ఏ ఉద్దేశ్యంతో వేదనిధి శివరాత్రి రోజున ఉపవాసం ఉండి, తెలియకుండానే, రాత్రంతా జాగారం చేసి, లింగంలోని నీడను కూడా తొలగించాడు.

ఇవి నిజానికి, శివునికి అత్యంత విశ్వాసపాత్రుడైన భక్తుడు మాత్రమే చేయాలని ఆశించే పనులు. ఆ విధంగా వేదనిధి శివుని రాజ్యానికి తీసుకెళ్ళడానికి అర్హుడైన శివుని యొక్క నమ్మకమైన భక్తుడిగా మారిపోయాడు. ఈ విధంగా వేదనిధి యొక్క అన్ని పాపాలు క్షమించబడ్డాయి మరియు అతను కైలాసంలో ఒక స్థలాన్ని చెక్కాడు. అటువంటి శివుడు, చాలా దయగలవాడు మరియు తన భక్తులను చూస్తున్నాడు.

22. శివరాత్రి ఉపవాసం: దాని ప్రాముఖ్యత

శివుడు పార్వతిని పెళ్లాడిన రోజు శివరాత్రి అని వినికిడి. అయితే, ఈ పురాణం (శివపురాణం) ప్రకారం ఇది బ్రహ్మ మరియు విష్ణువు శివుడిని ఆరాధించిన 'తిథి' (లూనార్ రోజు). ఏది ఏమైనప్పటికీ, ఇది శివుని ప్రత్యేక పూజకు అంకితం చేయబడిన పగలు (లేదా ఖచ్చితంగా రాత్రి) అనే వాస్తవాన్ని తిరస్కరించలేము. భక్తులు ఈ రోజున కఠినమైన ఉపవాసం ఉంటారు. వారు మూలికలు, పండ్లు మరియు మూలాలను మాత్రమే తింటారు మరియు ఈ రోజున ప్రత్యేకంగా అలంకరించబడిన శివునికి అంకితం చేయబడిన వివిధ దేవాలయాలను సందర్శిస్తారు.

ఉపవాసం భక్తుడికి క్షీణించని పుణ్యాన్ని (మత యోగ్యత) ప్రసాదిస్తుంది. ఎవరైనా దాని ప్రాముఖ్యత తెలియకుండా చేసినప్పటికీ, శివుడు అతని పట్ల ప్రత్యేకంగా సంతోషిస్తాడు. మునుపటి కథ కూడా ఈ అంశాన్ని హైలైట్ చేసింది మరియు క్రింద ఇవ్వబడిన రురుద్రుహ కథ కూడా అలాగే ఉంది.ఒక అడవిలో ఒక వేటగాడు నివసించేవాడు. అతను దుష్ట మనస్తత్వం, క్రూరత్వం మరియు దుర్మార్గుడు. అతను కనీసం జాలిపడకుండా అత్యంత అభాగ్యురాలిని కూడా చంపేస్తాడు. వేటగాడు కావడమే కాకుండా ఒక దొంగ మరియు దొంగ కూడా.

సహజంగానే అతనికి శివరాత్రి ప్రాముఖ్యత గురించి పూర్తిగా తెలియదు. ఒకరోజు శివరాత్రి రోజు కావడంతో అతని కుటుంబ సభ్యులు ఆకలితో అలమటించారు. మొన్నటి రోజున భీకరమైన వర్షాల కారణంగా రురుద్రుహుడు వేటను కనుగొనలేకపోయాడు. వారంతా విపరీతంగా ఆకలితో ఉండడంతో రురుద్రుహుడిని బలవంతంగా బయటకు వెళ్లి కుటుంబ సభ్యులకు భోజనం ఏర్పాటు చేశారు. వేటగాడు అడవికి వెళ్ళాడు కానీ ప్రార్థన పొందలేకపోయాడు. రోజంతా ఎదురుచూసినా ఉపశమనం కలగలేదు. అప్పటికే చీకటి పడింది మరియు ఆట కనిపించడం లేదు. అతని ప్రోలింగ్ సమయంలో, అతను నీటి ప్రవాహాన్ని గుర్తించాడు. అక్కడ గట్టి నిఘా పెట్టాలని నిర్ణయించుకున్నాడు.

ముందుగానే లేదా తరువాత కొంత అనిమల్ అక్కడ తిరగవలసి వచ్చింది. ఆకస్మిక దాడి నుండి సురక్షితంగా ఉండటానికి, అతను ఒక చెట్టుపై కూర్చోవాలని నిర్ణయించుకున్నాడు. నీటి గుంటకు దగ్గరగా ఉన్న ఆ చెట్టు శివునికి ఇష్టమైన వృక్షమైన 'బిల్వ' చెట్టు. అతను తరువాత దాహం వేస్తే, విస్కీ టార్నీలోరి వెళ్లకుండా ఉండటానికి సెగున్ను నుండి సకమంగా నింపిన నీటి కుండను కూడా ఉంచాడు. తర్వాత ఏ జంతువు వస్తుందా అని ఎదురు చూసాడు. అతని అదృష్టం కొద్దీ, ఒక డోర్ నీరు త్రాగడానికి వచ్చింది. వేటగాడు తన విల్లును, బాణాన్ని తీసుకున్నాడు.

కానీ అలా చేయడం వల్ల అతను చెట్టును కొంచెం కదిలించాడు, కానీ అది కొన్ని ఆకులు రాలిపోయేలా చేసింది. వారు చెట్టుకింద ఉన్న లింగంపై పడ్డారు. చెట్టు మీద ఉన్న కొద్దిపాటి సాధారణం కూడా నీటి కుండ నుండి కొంత నీరు చిమ్మి లింగంపై పడింది. గుగుగుహా, వాస్తవానికి, అతను చెట్టుకు మరియు చెట్టు క్రింద స్థాపించబడిన లింగానికి ఏమి కారణమవుతున్నాడో తెలియదు. ఈ గొడవ డోను కూడా

అలర్ట్ చేసింది మరియు ఆమె దాని వైపు చూసింది . వేటగాడు "నన్ను ఇప్పుడే చంపకు" అని డోవ్ అకారణంగా చెబుతోంది వేటగాడు. "నా పిల్లలు మరియు భర్త నా దాక్కుని నా కోసం ఎదురు చూస్తున్నారు. బయటకు. నేను వెళ్లి వాటిని బాగా వేలం వేయనివ్వండి.

నేను తిరిగి వచ్చినప్పుడు మీకు స్వాగతం . నన్ను చంపడానికి." స్వతహాగా క్రూరమైన వేటగాడు దానిని వదలని మానసిక స్థితిలో లేడు. "ఏదైనా జంతువు ఎప్పుడైనా చంపబడటానికి తిరిగి వస్తుందా" అతను అనుకున్నాడు. కానీ డోరు ప్రమాణం చేసి రురుద్రుహుడు దానిని విడిచిపెట్టాడు.

కొద్ది సేపటికి మరో దుప్పి నీళ్లు తాగేందుకు ఎగసింది. ఇద్దరు సోదరీమణులు మరియు వారు ఒకే జింకను వివాహం చేసుకున్నారు. మునుపటిలాగా, వేటగాడు లక్ష్యం తీసుకొని చెట్టును మళ్లీ కదిలించాడు . కొన్ని బిల్వ ఆకులు మరియు నీటి బిందువులు లింగంపై పడతాయి. వేటగాడు తన కుటుంబ సభ్యులకు వీడ్కోలు చెప్పమని కోరింది. వేటగాడు డోను వెళ్ళనివ్వడానికి ఇష్టపడలేదు, కానీ అతను ఇలా అనుకున్నాడు: "సరే, ఈ నీటి రంధ్రం నాకు కావలసినంత వేటను తీసుకుంటోంది. నేను ఇంకా మంచిదాన్ని పొందవచ్చు.

"కాబట్టి రెండవ డోన్ అభ్యర్థన చేసింది. వేటగాడు కూడా దానికి అంగీకరించాడు."అతను ఊహించినట్లుగానే, ఈసారి నీటి గుంట దగ్గర ఒక జింక కనిపించింది. మరియు వేటగాడు తన విల్లు మరియు బాణాన్ని తీయడంతో, 'బిల్వ' ఆకులు మరియు నీటి కుండలోని కొంత నీరు మళ్లీ లింగంపై పడ్డ జింక చెప్పింది: "వేటగాడు, నన్ను వెళ్ళనివ్వు, నేను తప్పకుండా తిరిగి వస్తాను .త్వరలో నేను నా కుటుంబ సభ్యులకు వీడ్కోలు చెప్పాలనుకుంటున్నాను.

జింక కూడా తిరిగి వస్తుందని మరియు వేటగాడు అని ప్రమాణం చేసింది. రురుద్రుహ దానిని విడిచిపెట్టు, మళ్ళ కొంత సమయం గడిచిన తర్వాత, రెండు చేస్తుంది మరియు ఒక జింక వారు వాగ్దానం చేసినట్లుగా వారి చిన్న పిల్లలతో కలిసి తిరిగి వచ్చింది. ప్రతి ఒక్కరు చెప్పారు: "నన్ను చంపి, ఇతరులను రక్షించండి. వారు సజీవంగా ఉండి పిల్లలను చూసుకోవాలి." జింక కుటుంబానికి చెందిన పిల్లలు కూడా ఇలా అన్నారు: "మమ్మల్ని చంపండి మరియు తల్లిదండ్రులను విడిచిపెట్టండి. వారు చనిపోయినప్పుడు మేము జీవించాలని అనుకోము."

వేటగాడు వారు ఒకరికొకరు చాలా శ్రద్ధగా ఉండటం చూసి ఆశ్చర్యపోయాడు. అటువంటి ఆత్మబలిదానాల జింక కుటుంబాన్ని చూసి అతను మళ్ళీ కొంత కదలిక చేసాడు, దీని వలన మళ్ళీ కొన్ని 'బిల్వ' ఆకులు మరియు నీరు కింద లింగంపై పడ్డాయి. అంతేకాకుండా, రాత్రిపూట ఉపవాసం, తెలియకుండానే ఉంచినప్పటికీ, శివుని కృపతో రురుద్రుహ హృదయాన్ని కూడా శుద్ధి చేసింది.

శివుడు కూడా రురుద్రుహాన్ని కరుణించి వేటగాడి మనస్సు నుండి చెడు ఆలోచనలన్నింటినీ తొలగించాడు. వేటగాడు చివరికి మొత్తం జింక కుటుంబాన్ని విడిచిపెట్టాడు. అతను అలా చేసిన వెంటనే, శివుడు వేటగాడి ముందు ప్రత్యక్షమయ్యాడు మరియు చెప్పారు: "మీది ఇప్పుడు ధన్యమైన అస్తిత్వం.

ఇకపై మీ పేరు గుహ. ఒకరోజు రాముడు మీకు అతిథిగా వస్తాడు." లింగానికి బిల్వ పత్రాలు మరియు నీటిని నైవేద్యంగా అర్పించినప్పటికీ, శీఘ్ర వ్రతం చేయడం వల్ల తగినంత పుణ్యం లభిస్తుందని ఈ కథ నొక్కి చెబుతుంది.

23. శివుని ఒక సారాంశం చంద్రశేఖర్ ఎందుకు

లోకమాత (జగ్గనని) పార్వతి విశ్వానికి చెందిన శివుడిని ఇలా అడిగారు: మీరు ఎల్లప్పుడూ మీ నుదుటిపై నెలవంకను ధరించండి. ఈ అలంకారం వెనుక రహస్యం ఏమిటి? శివుడు, పూర్తి కథను వివరించాడు. దక్ష యజ్ఞంలో సతి మరణించిన తరువాత, శివుడు అలా ఉన్నాడు . తన భార్య నుండి విడిపోయిన అగ్ని అడవులను మరియు అతను మండిపడే మచ్చలను కాల్చడం ప్రారంభించిందన బాధపడ్డాడు మరియు నిర్జనమయ్యాడు, అతను కలవరపడి, ముందుకు సాగినప్పుడు అతను తనతో పాటు విస్తారమైన వినాశనాన్ని మోయడం ప్రారంభించాడు.

భూమి క్షీణించడం ప్రారంభమైంది మరియు మిగిలి ఉన్నది ఘోరంగా కాలిపోయిన భూమి మాత్రమే. శివుని తీవ్ర దుఃఖం మొత్తం నాశనమైనట్లు అనిపించడంతో ఇది చూసిన దేవతలు చాలా ఆందోళన చెందారు సృష్టి. వారు బ్రహ్మ వద్దకు పరుగెత్తారు మరియు అతని సలహా కోరారు. సృష్టికర్త ఇలా అన్నాడు: అతని తీవ్రమైన దుఃఖం కారణంగా అతని శరీరం మండుతోంది. అతనికి కావలసింది అతని కోపాన్ని చల్లబరుస్తుంది మరియు అతనికి ఉపశమనాన్ని అందిస్తుంది." అప్పుడు అతను చంద్రుడిని శివునికి బహుమతిగా ఇవ్వమని సలహా ఇచ్చాడు, అది లోపల అమృతం కలిగి ఉంటుంది మరియు ఇది కంటికి చాలా ఉపశమనం కలిగిస్తుంది. శివుడు కృతజ్ఞతతో దానిని అతని నుదిటిపై ఉంచాడు మరియు చాలా అనుభూతి చెందాడు.

24. శివుడి శరీరాన్ని బూడిద ఎందుకు కప్పింది

చర్చను ఆపివేస్తూ, పార్వతి ఇలా చెప్పింది: “మీ నుదుటిపై చంద్రుడు ఎందుకు ఉన్నాడో ఇప్పుడు నాకు అర్థమైంది? అయితే మీరు మీ శరీరాన్ని బూడిదతో ఎందుకు కప్పి ఉంచారు? ఈ అసాధారణమైన ఆకృతిని ఏది ఎంపిక చేసింది.” శివ వ్యంగ్యాన్ని గుర్తించి నవ్వి, పూర్తి ఎపిసోడ్‌ని వివరించాడు. చాలా కాలం క్రితం భృగు మహర్షి కుటుంబానికి ఒక బ్రాహ్మణుడు ఉండేవాడు. అతను చాలా భక్తుడు మరియు పవిత్రమైన స్వభావం కలిగి ఉన్నాడు, అతను చాలా కష్టమైన తపస్సు (తపస్య) చేయాలని నిర్ణయించుకున్నాడు. అతను గడ్డకట్టే చలిలో లేదా పొగలు కక్కుతున్న వేసవిలో బహిరంగ ప్రదేశంలో బట్టలు లేకుండా నిలబడేవాడు మరియు పిల్లులు మరియు కుక్కల వర్షం కురిసినప్పుడు కూడా తనను తాను కప్పుకోడు.

అతను విడదీయరాని ఏకాగ్రతతో ఉన్నట్లు అనిపించింది. అతనికి ఆకలిగా అనిపించినప్పుడు, అతను కొన్ని పండ్లను తీసుకురావడానికి అడవిలోని అత్యంత క్రూర మృగాలను కూడా పోస్తాడు. ఆ క్రూరమృగాలు అతను అభివృద్ధి చేసిన దివ్య ప్రకాశాన్ని బట్టి అతనిపై ఎప్పుడూ దాడి చేయవు మరియు అవి బ్రాహ్మణుడి పెంపుడు జంతువులుగా ప్రవర్తించాయి. అతను సుమారు వంద సంవత్సరాలు అలా చేసాడు మరియు తరువాత పండ్లు కూడా తినడం మానేశాడు.

అప్పుడు అతను ఆకుపచ్చ ఆకులపై జీవించడం ప్రారంభించాడు, తనకు తానుగా ‘పర్నాద’ అనే పేరును సంపాదించుకున్నాడు. అతను తన తపస్సును అనంతంగా కొనసాగించాడు. ఒకరోజు అతను తన గుడిసెను బాగుచేయడానికి గడ్డి కోస్తుండగా, అతను వాడుతున్న కొడవలి అతని చేతిలో నుండి పడి అతని మధ్య వేలు తెగిపోయింది. పర్నాద తన వేలికి గాయం నుండి రక్తం కారడం లేదని ఆశ్చర్యపోయాడు. బదులుగా, ద్రవం వంటి ఒక రసం (పువ్వుల) దాని నుండి స్రవిస్తుంది.

ఇప్పుడు పర్నాద ఇలా అనుకున్నాడు: “నేను పండ్లు మరియు ఆకులతో జీవించడం ద్వారా చాలా పియోస్ అయ్యాను. అందుకే నా గాయాల నుండి రసం మరియు రక్తం వెలువడలేదు.” ఈ ఆలోచన అతని మనస్సులో తగినంత వ్యర్థాన్ని నింపింది, ‘నేను ఇప్పుడు అత్యంత పవిత్రమైన వ్యక్తిని.” అతను అనియంత్రిత ఆనందంతో దూకడం ప్రారంభించాడు. వంటి అభివృద్ధి చెందుతున్న ఒక గొప్ప వ్యక్తిని చూడటం.

అలాంటి స్వీయ-అహంకార ఆలోచనల నుండి అతని మనస్సును క్లియర్ చేయడానికి శివ అతనికి గుణపాఠం చెప్పాలని నిర్ణయించుకున్నాడు. ఈ ఆలోచనలో. శివుడు బ్రాహ్మణ వేషం ధరించి పర్నాదానికి చేరుకున్నాడు. “ఎందుకలా సంతోషంగా ఉన్నావు?” శివుడు “చూడలేదా?” పర్నాడ బదులిచ్చాడు. “నా తపస్య ఉంది విజయవంతమైంది. నేను ప్రపంచంలో అత్యంత పవిత్రమైన వ్యక్తిని?” “అలా ఎలా చెప్పగలవు”? అని అడిగాడు అపతలి బ్రాహ్మణుడు. “మీరు చూడండి,” పర్నాద గర్వంగా

ప్రారంభించాడు. "నా రక్తం ఉంది. పండ్లు మరియు ఆకుల రసం వలె పవిత్రంగా మారండి, మీరు ఏదైనా భాగాన్ని కత్తిరించండి . నా గురించి మరియు దానిని సమృద్ధిగా కలిగి ఉండండి,' "ఈ విధమైన వ్యర్థం అన్ని తపస్సుల ఫలాన్ని నాశనం చేస్తుంది," అని శివుడు సలహా ఇచ్చాడు. "అప్పటికి కూడా మీరు ఇంత ఉప్పొంగడానికి అర్థమైనది ఏమీ లేదు? మీ రక్తం మొక్కల రసంగా మారింది.

కానీ మీరు చెట్లను మరియు మొక్కలను కాల్చినప్పుడు ఏమి జరుగుతుంది.' బూడిద మాత్రమే మిగిలి ఉంది, అది ఖచ్చితంగా ఉన్నత దశ. నేనే చాలా 'తపస్సు' చేశాను, నా రక్తం బూడిదలా మారింది."అలా చెబుతూ శివుడు తన మధ్య వేలును కోసి అందులోంచి బూడిద బయటకు వచ్చింది. పర్నాడ బాగా ఆకట్టుకున్నాడు.

అతను గర్వించదగినది ఏమీ లేదని అతను గ్రహించాడు, ఇక్కడ అతను చాలా ఉన్నతమైన సన్యాసి ఉన్నాడు. అప్పుడు అతను అసలు ఎవరు అని బ్రాహ్మణ (శివ్)ని అడిగాడు మరియు శివుడు పర్నాద ముందు తన నిజ రూపాన్ని వెల్లడించాడు. ఆ రోజు నుండి శివుని శరీరం నుండి బూడిద ఎప్పటికీ వదలదు.

25. నంది కథ

పూర్వం శిలాద అనే మహర్షి ఉండేవాడు. ఒకసారి అతను తన యోగ శక్తుల ద్వారా తన పూర్వీకులు నరకంలో హింసించబడుతున్నారని చూశాడు. కారణం తెలుసుకునేందుకు ప్రయత్నించగా అది తన వల్లనే అని తెలిసింది. అతనికి కొడుకు లేడు, అందుకే కుటుంబ వంశం కలవరపడింది. కాబట్టి శిలాదకు కొడుకు పుట్టకపోతే అతని పూర్వీకులు నరకంలో హింసించబడుతూనే ఉంటారు.కొడుకును పొందడం కోసం, ఋషి తన భక్తుడు కోరుకున్న ప్రతి వరాన్ని ప్రసాదించే శివుని ఆరాధనను ప్రారంభించాడు. అతను చాలా కష్టమైన తపస్సు ద్వారా సుమారు 1000 సంవత్సరాలు ప్రార్థిస్తూనే ఉన్నాడు. చివరికి శివుడు సంతోషించాడు.

అతను ప్రత్యక్షమై శిలాదానికి కావలసిన వరం ఇవ్వమని ప్రతిపాదించాడు. శిలాద ఇలా అన్నాడు: "ప్రభూ! మాకు పుణ్యాన్ని ఇచ్చే ఒక వరం నాకు ప్రసాదించు . "అలాగే" అని భగవంతుడు మాయమయ్యాడు. శిలాదుడు భూమిని దున్నుతున్నప్పుడు ఈ వరం పొందిన కొన్ని రోజుల తరువాత, అతను నాగలిపై ఉంచిన మగబిడ్డను కనుగొన్నాడు.బాలుడు సూర్యుడు మరియు అగ్ని వలె ప్రకాశవంతంగా ఉన్నాడు. శిలాద భయపడి పారిపోవడానికి ప్రయత్నించింది.

అప్పుడు ఒక స్వర్గపు స్వరం ఇలా చెప్పడం విన్నాడు: "శిలాడా! పారిపోకు. ఇతనే నువ్వు ప్రార్థించిన బాలుడు. ఈ అబ్బాయి అందరినీ సంతోషపరుస్తాడు కాబట్టి, అతన్ని నంది అని పిలవాలి." సంతోషంగా శిలాద ఆ అబ్బాయిని ఇంటికి తీసుకొచ్చి నేర్పించడం ప్రారంభించింది. వేదాలు మరియు అతనికి తెలిసిన ప్రతిదీ: మందులు, నృత్యం మరియు గానం మరియు పవిత్ర గ్రంథాల గురించి. తెలివైన బాలుడు కేవలం పక్షం రోజుల వ్యవధిలో అన్ని జ్ఞానాన్ని నేర్చుకున్నాడు.

నందికి ఏడేళ్ల వయసులో ఇద్దరు వచ్చారు . శిలాడ ఆశ్రమంలో శక్తివంతమైన ఋషులు. వారి పేర్లు మిత్ర మరియు వరుణ్, అత్యంత గౌరవనీయమైన వీక్షకుల జంట. శిలాద స్వాగతం పలికారు వారికి చాలా భక్తిపూర్వకంగా మరియు ఉత్తమమైన పండ్లు మొదలైన వాటిని అందించిన తర్వాత, అతను వారి ముందు నందిని సమర్పించాడు. ఋషులు నందిని "నీవు నేర్చుకొని నీ తండ్రికి నమ్మకముగా ఉండు" అని దీవించారు. శిలాద అభ్యంతరం వ్యక్తం చేసింది.

"నా కొడుకు దీర్ఘాయువుతో ఎందుకు ఆశీర్వదించకూడదు? అతను ఇప్పటికే చాలా నేర్చుకున్నాడు మరియు నాకు నమ్మకంగా ఉన్నాడు." ఋషులు వివరించారు. "మీ ఈ తెలివైన కొడుకు ఉన్నప్పుడు చనిపోతాడు ఎనిమిది సంవత్సరాల వయస్సు. అది అతని నక్షత్రాలచే ఆవిష్కృతమైంది." ఇది విని శిలాద చాలా కలత చెందింది. కానీ నంది తన తండ్రిని ఓదార్చాడు, శివుడిని భక్తితో ప్రార్థించడం ద్వారా అతను తన విధిని తిరిగి వ్రాస్తానని చెప్పాడు. "శివుడే శక్తి ఉన్న ఏకైక దేవుడు. ఒకరి విధిని మార్చుకోండి." కానీ శిలాద ఇలా చెప్పింది: "శివుడిని ప్రసన్నం చేసుకోవడానికి వేల సంవత్సరాలు

పట్టవచ్చని మీకు తెలుసా. నేను అతనిని కనిపించేలా చేయడానికి మరియు నిన్ను నా కొడుకుగా పొందే వరం ఇవ్వడానికి నేను వెయ్యి సంవత్సరాలు ధ్యానం చేయాల్సి వచ్చింది. మీరు శివుడిని ఎలా ప్రసన్నం చేసుకోవాలని అనుకుంటున్నారు? మీకు మిగిలి ఉన్న ఒక సంవత్సరంలో అతను మీ ముందు కనిపిస్తాడా?" కానీ బాలుడు నిస్సంకోచంగా ఉన్నాడు, "తండ్రిని వేచి ఉండండి, వేచి ఉండండి," అతను ఇలా అన్నాడు: "మీరు తపస్సు చేసి, మీ జ్ఞాన దాహాన్ని తీర్చడానికి ప్రయత్నిస్తే శివుడిని శాంతింపజేయడం కష్టం.

కానీ అతనిపై మీ విశ్వాసం ఉంటే అతను ఒక ముక్కలోనైనా సంతోషించగలడు. నిజమైన మరియు భక్తి అచంచలమైనది. నేను పవిత్ర గ్రంథాల అధ్యయనం నుండి సేకరించినది అదే. నా భావన యొక్క తీవ్రతను గ్రహించి, అతను త్వరలో నా ముందు కనిపిస్తాడని నేను ఖచ్చితంగా అనుకుంటున్నాను." అలా చెప్పి భువన అనే నదికి బయలుదేరాడు. ఇందులో నంది ప్రవేశించాడు . నది మరియు నీటి అడుగున శివుడిని ప్రార్థించడం ప్రారంభించింది.

నంది వలె కొద్ది సేపటిలో తన ముందు నవ్వుతున్న శివుడు కనిపించాడని ఊహించాడు. ప్రభువు. మీరు నా నుండి ఏ వరం కోరుతున్నారు?" సౌమ్యుడు "దయచేసి నేను నీకు అంకితం చేసే వరం ఇవ్వండి" అని నందిని కోరాడు. "ఇప్పుడు నేను మళ్ళీ పుట్టి, ముసలివాడిని మరియు చనిపోవాలని కోరుకోవడం లేదు." శివుడు నందికి ఈ వరం ఇచ్చాడు మరియు ఇలా అన్నాడు: "ఇక నుండి మీ తండ్రి మీతో పాటు నా రాజ్యంలో ఉంటారు.

మీరిద్దరూ ఇప్పుడు జనన మరణ చక్రానికి అతీతంగా ఉన్నారు." శివుడు కూడా నందిని తన అనుచరులకు అధిపతిగా చేసి, 'గణాలు' అని పిలిచాడు మరియు అతని పేరుకు గణపతి అనే పేరును చేర్చుకున్నాడు. అతడిని తన శాశ్వత సహాయకుడిగా ఉంచుకున్నాడు. శివుడు కూడా నందికి ధరించడానికి అద్భుతమైన మాల ఇచ్చాడు. నంది ఆ మాల వేసుకోగానే అతని శరీరం 1000 మంది సూర్యునిలా మూడు కళ్లతో అగ్ని వర్షం కురిపించింది. అప్పటి నుండి నంది శివునికి విడదీయరాని సహచరుడు.

26. పార్వతి గౌరి ఎలా అయింది

ఒకసారి శుంభ మరియు నిశుంభ అని పిలువబడే ఇద్దరు శక్తివంతమైన రాక్షసులు బ్రహ్మను ఆరాధించిన తరువాత ఉద్భవించారు, వారు మగవారిచే చంపబడరని వారు కోరుకున్న వరాన్ని ఈ జంటకు ఇచ్చారు. ఈ వరం యొక్క బలంతో వారు ప్రపంచం మొత్తాన్ని అణిచివేసేందుకు మరియు వారి రాజ్యం నుండి దేవతలను తరిమికొట్టేంత శక్తివంతులయ్యారు. బాధతో, దేవతలు బ్రహ్మ వద్దకు పరుగెత్తారు, సమస్యకు ఏదైనా పరిష్కారం చూపమని సృష్టికర్తను అభ్యర్థించారు.

బ్రహ్మ అన్నాడు: "శివుడే నీకు సహాయం చేయగలడు." అప్పుడు బ్రహ్మ సలహాపై వారు అక్కడ ప్రత్యక్షమైన శివుడిని ప్రార్థించారు, బ్రహ్మ శివునితో ఇలా అన్నాడు: "నువ్వు దేవతలకు సహాయం చేయాలి. నేను శుంభ మరియు నిశుంభ అనే రాక్షసులకు ఒక వరం ఇచ్చాను. ఇప్పుడు వారు చాలా శక్తివంతం అయ్యారు. వారిని చంపలేరు కాబట్టి. ఆ వరం వల్ల మగవాళ్ళు, మీరు పార్వతి శరీరం నుండి చీకటి మరియు ఘోరమైన స్త్రీ రూపాన్ని ఉత్పత్తి చేయాలి. ఆ స్త్రీ మాత్రమే ఈ ఇద్దరు రాక్షసులను సంహరించగలదు." శివుడు సమస్య తీవ్రతను గ్రహించి ఇలా అన్నాడు: "నేను ప్రయత్నిస్తాను," శివుడు పార్వతి దగ్గరికి చేరుకున్నప్పుడు, చాలా చులకనగా, అతను ఆమెను "కాళి" అని సంబోధించారు! పార్వతికి భర్త మీద విపరీతమైన కోపం వచ్చింది .

ఆమెను 'కాళి' అని పిలుస్తుంది అంటే ముదురు రంగు గల స్త్రీ లేదా నలుపు స్త్రీ. "మీరు నన్ను ఈ విధంగా ఎందుకు సంబోధించారు; నేను 'కాళి' కాదు, 'గోరి' [ఫెయిర్ కంలెక్సియన్డ్] ". అయితే శివుడి మాటలు అబద్ధం కానందున, పార్వతి నిజంగా నల్లజాతి మహిళగా మారిపోయింది. ఇప్పుడు ఆమె చాలా అసంతృప్తిగా ఉంది. ఆమె కోపంగా శివతో చెప్పింది. "ఒకవేళ నువ్వు నా ఈ రూపాన్ని నీ మనసులో పెట్టుకో., అలా ఎందుకు నటించావు .నన్ను ప్రేమించు? భర్త తన జీవిత భాగస్వామి గురించి ఇలాంటి అవమానకరమైన అభిప్రాయాన్ని కలిగి ఉన్న స్త్రీ జీవితం శాపగ్రస్తమైనది." ఒక విరామం తర్వాత ఆమె ఇలా ప్రకటించింది:

"ఇప్పుడు నేను నా అసలు రంగును తిరిగి పొందడానికి కష్టమైన 'తపస్సు'చేయబోతున్నాను.నేనుబ్రహ్మనుప్రార్థించబోతున్నాను, ఇప్పుడు నేను గోరీగా మారినప్పుడు మాత్రమే నిన్ను కలుస్తాను." (గౌరి) ఈ సవాలుతో పార్వతి ధ్యానం చేయడానికి బయలుదేరింది. ఆమె చాలా సంవత్సరాలు తపస్సులో తప్పిపోయింది. ఆమె ధ్యానంలో ఉండగా, ఆమె తన ముందు కూర్చున్న పులిని గుర్తించింది. క్రూర మృగాల నుండి తనను రక్షించడానికి అక్కడ కూర్చున్న తన భక్తులలో అది ఒకరని ఆమె భావించినప్పుడు, పులి నిజంగా ఒక దుష్ట మృగమే, చివరికి ఆమె తన ఎంపికైన విందుగా ఆమెని లాగేసుకోవడానికి అతను అక్కడే కూర్చున్నాడు. అయితే, క్రమంగా పార్వతి

పులి యొక్క స్వభావాన్ని అంచనా వేయడం నిజమైంది, ఎందుకంటే శివుని దయతో అకస్మాత్తుగా ఆ పులి ఆమెకు భక్తుడిగా మారింది. ఇప్పుడు అది నిజంగా మార్చబడిన జీవి, దాని ఎంచుకున్న దేవతను కాపాడుతోంది. అదే సమయంలో పార్వతి పూజకు సంతోషించిన బ్రహ్మదేవుడు నిర్ణయించుకున్నాడు . ఆమె ముందు కనిపిస్తుంది. అతను కోరుకున్న వరం కావాలని కోరాడు అతనితో, ఆమె మళ్లీ 'గౌరి' (లేదా గోరీ) లేదా జాతరగా మారాలని కోరుకుంటున్నట్లు చెప్పింది .

ఛాయగల స్త్రీ. బ్రహ్మ ఆమెకు వరం ఇచ్చాడు. ఆమె వరం పొందినప్పుడు ఆమె తన శరీరంలోని అన్ని చీకటి కణాలను (కోశ) తొలగించి, మళ్లీ సొగసైన రంగును పొందింది. ఆ పడిపోయిన చీకటి కణాల నుండి, కాశికి లేదా కాళి అనే చీకటి మరియు ఘోరమైన దేవత ఉద్భవించింది. బ్రహ్మ, కలి ఆమెకు అందించిన ఆయుధాలను కలిగి ఉంది . శుంభ మరియు నిశుంభ అనే ఇద్దరు రాక్షసులను అతి తక్కువ సమయంలో చంపి, దేవతలను సంతోషపెట్టాడు.

పార్వతి, తన లక్ష్యాన్ని సాధించి, సంతోషంగా ఆమె వద్దకు తిరిగి వచ్చింది . ప్రభూ, మళ్లీ గౌరీగా అతన్ని చిరునవ్వుతో స్వాగతించిన శివుడు. శివ, ఆన్పార్వతి ఆరాధన ప్రభావంతో పులి ప్రకృతిని మార్చడం గురించి విని, ఆ మృగాన్ని మనిషిగా మార్చి, తన 'గణ-అధిపతి' నందిని ఉద్యోగంలో పంపింది. ఆ మృగము పేరు సోమనంది, నందికి సమర్థుడైన సహాయకుడు.

27.ఉపమన్యుని కథ

ప్రఖ్యాతి గాంచిన వ్యాఘ్రపాద మహర్షి ఉండేవాడు కానీ అతను సంపన్నుడు కాదు. నిజానికి అతను చాలా పేదవాడు ఉపమన్యుడు అనే తన ఒక్కగానొక్క కొడుకుకి పాలు ఇచ్చే స్తోమత లేదు. ఉపమన్యు చిన్నప్పుడు కథ మొదలవుతుంది. తనకు ఆకలిగా ఉందని పాలు ఇవ్వమని తల్లిని అడిగాడు. కానీ అతని తల్లి ఇచ్చిన పాలు రుచి చూడవు. తల్లికి ఫిర్యాదు చేశాడు. “నువ్వు నాకు పాలు ఇవ్వలేదు, దాని స్థానంలో ఇంకేదో ఇవ్వలేదు, నేను మా మామయ్య దగ్గర పాలు రుచి చూశాను, అది నిజమైన పాలు, మీరు నాకు ఇచ్చినది పాలలా కనిపించింది కాని ఆ రుచి లేని ద్రవం.

ఎందుకు? నువ్వు అలా చెయ్యి."అతని తల్లి ముక్తసరిగా ఒప్పుకుంది: “ప్రియ కుమారుడా! నేను నీకు ఇచ్చినది అన్నం పొడిచేసి నీళ్లలో కలిపిన ద్రావణమే. నాకు వేరే మార్గం లేదు. నీకు ప్రధానమైన పాలు అందించేంత సంపన్నులం కాదు.” అంటూ ఉపమన్యుడి తల్లి నిస్సహాయతతో ఏడవడం మొదలుపెట్టింది. కానీ ఉపమన్యుడు, పెద్దవాడిలా ఆమెను ఓదార్చాడు: “ఓ అమ్మా, ఏడవకు,” అతను అభ్యర్థించాడు: “నేను శివుడిని ప్రార్థించాను మరియు నా కోసం పాలు తీసుకుంటాను.”

అతని తల్లి శివుని ఆశీర్వాదం మరియు శివుని ఆరాధనకు సంబంధించిన ఇతర వివరాలను కోరడం కోసం తాను నేర్చుకున్న ‘మంత్రాలను’ అతనికి బోధించింది. ఆరాధన చివరిగా ఆమె అతనికి ఘోరమైన వాటిని ఆవాహన చేసే మార్గాన్ని కూడా నేర్పింది . తన ప్రాణాలకు ఏదైనా ప్రమాదం అనిపిస్తే ఆయుధం ‘అఘోరాస్త్రం’. ఆ విధంగా సిద్ధపడి, మంత్రాలు, శాస్త్రాలతో ఆయుధాలు ధరించి హిమాలయాలకు బయలుదేరి ధ్యానం చేయడం ప్రారంభించాడు ఉపమన్యుడు. అతను గాలిలో మాత్రమే జీవించాడు మరియు తన తల్లి తనకు నేర్పిన మంత్రాలను జపించాడు.

అతను ఒక మట్టి లింగాన్ని నిర్మించాడు, దానికి ముందు అతను నెలరోజుల పాటు భక్తితో ప్రార్థించాడు. వల్ల కలవరం ఏర్పడింది .రాక్షసులు మరియు మృగాలు కానీ ఉపమన్యుడు తన ప్రార్థనలను పరధ్యానంగా కొనసాగించాడు. ఉపమన్యుడు తన దర్శనం కోసం చేస్తున్న ‘తపస్సు’ గురించి తెలుసుకున్న శివుడు, బాలుడి దృఢత్వం మరియు ఏకాగ్రతతో బాగా ఆకట్టుకున్నాడు. అయితే ముందుగా ఉపమన్యుని పరీక్షించాలని అనుకున్నాడు. అతను ఇంద్రుని వేషంలో అతని ముందు ప్రత్యక్షమై అడిగాడు: "ఉపమన్యు, నువ్వు ఏమి చేస్తున్నావు?" “దేవతల రాజు నా ముందు కనిపించినందుకు నా జీవితం ధన్యమైనది, ఉపమన్యుడు, అర్ధ దేవత యొక్క రూపానికి సంతోషించాడు. నేను ఇక్కడ శివుడిని ప్రార్థిస్తున్నాను."

“శివుని ప్రార్థిస్తున్నాను!" దేవత ధిక్కారంతో అడిగాడు. “వివిధ మాదక ద్రవ్యాల వ్యసనంలో స్పృహ కోల్పోయే ఇల్లు లేని అర్ధనగ్న సంచారి?" శివుని కించపరిచే సూచనతో ఉపమన్యు కోపంగా ఉన్నాడు. అతను తట్టుకోలేకపోయాడు. అందుకే అణచుకోలేని కోపంతో అతను వెంటనే ‘అఘోరాస్త్రాన్ని’ పిలిపించి ఈ అహంకారి దేవత రాజుకు గుణపాఠం చెప్పాడు. దానిని ‘మంత్రం’తో ఛార్జ్ చేస్తూ, దానిని తన విల్లుపై

అమర్చి, ఇంద్రుని వేషంలో దేవత వైపు కాల్చాడు. ఇది చూసిన ఇంద్రుడు మరెవరో కాదు, శివుడే మారువేషంలో ఉన్నాడు. అసలు రూపంలో ఉపమన్యుడి ముందు వచ్చాడు. అక్కడ శివుడు కనిపించడంతో, శివునికి దూరంగా ఉండని నందిని 'అఘోరాస్త్రం' త్వరగా తిప్పికొట్టింది.

శివుడు ఉపమన్యుడికి ఎప్పటికీ పాలకు కొరత ఉండదని వరం ఇవ్వడమే కాకుండా, వ్యక్తిగతంగా, అన్ని రకాల పవిత్రమైన జ్ఞానాన్ని బోధించాడు. ఆ విధంగా, తన కోరిక వరం మరియు తరగని పాలు సరఫరా యొక్క హామీని పొంది, ఉపమన్యుడు ఇంటికి తిరిగి వచ్చాడు. చాలా సంవత్సరాల తరువాత, ద్వాపరయుగంలో, కృష్ణుడు ఉపమన్యు ఋషిని కూడా కలిశాడు. ఉపమన్యుడు శివుని నుండి నేర్చుకున్న జ్ఞాన పదాలను అతనికి బోధించాడు. శివుడిని ప్రార్థించడం ద్వారా కృష్ణుడు తన కొడుకు సంపాన్ని పొందాడు. శివుని అనుగ్రహం నుండి కోరుకున్న కొడుకును పొందాలని కృష్ణుడు పదహారు నెలల పాటు శివుడిని ప్రార్థించాడు. కృష్ణుడికి అనేక వరాలను ఇవ్వడానికి పార్వతి కూడా అతని ముందు కనిపించింది.

28. అంధకాసురుడు మరియు హిరణ్యాక్షుడు

ఆమె శివ మందార్ పర్వతంపై కూర్చుని మధ్యవర్తిత్వం వహించింది. పార్వతి, జోవియల్ మూడ్‌లో, శివ తనని చూడకుండా వెనుక నుండి వచ్చి, తన రెండు చేతులతో శివ కళ్ళను కప్పేసింది. శివుడు ఏమీ చూడలేడు కాబట్టి అతనికి అంతా చీకటిగా కనిపించింది. కానీ పార్వతి అలా చేస్తున్నప్పుడు కొంచెం శ్రమ పడవలసి వచ్చింది, దాంతో చెమట చుక్క బయటకు వచ్చి నేలమీద పడింది. ఈ చెమట నుండి, గర్జించడం ప్రారంభించిన ఒక చీకటి మరియు భయంకరమైన జీవి జన్మించింది. ఇప్పుడు శివకి కోపం వచ్చింది.

"పార్వతీ! ఏం చేస్తున్నావ్? మూసేస్తున్నావు వెనుక నుండి నా కళ్ళు ఇప్పుడు క్రూరంగా గర్జిస్తున్నాయి," "ఇది నేను కాదు. ప్రభూ," పార్వతి చెప్పింది. "మీరే చూడండి. ఈ ఘోరమైన జీవి. అతను ఎక్కడికి వచ్చాడో నేను ఆశ్చర్యపోతున్నాను?" పార్వతి చేతులు తీసివేసింది మరియు శివుడు అతని ముందు ఒక భయంకరమైన జీవిని చూశాడు. "ఇది మా కొడుకు, పార్వతి" శివ అభిప్రాయపడ్డారు "ఇది చెమట నుండి పుట్టింది కాబట్టి మీరు నా కళ్ళు కప్పి ఉంచినప్పుడు.

అది పుట్టినప్పటి నుండి నేను చీకటి తప్ప మరేమీ చూడలేనప్పుడు, అతని పేరు అంధకా అని పెట్టండి." అంధక తన మర్త్యుడైన వాడు ఏమీ చూడనప్పుడు అంధుడిగా పుట్టాడు . కాని చీకటి , దీనిని హిరణ్యాక్ష లేదా హిరణ్యనేత్ర స్వీకరించారు . రాక్షస ప్రభువు, ప్రహ్లాదుని ఖ్యాతి పొందిన హిరణ్యకశ్యపుని సోదరుడు.

నిజానికి హిరణ్యాక్షుడు తన సోదరుడు హిరణ్యకశ్యపుని కంటే శక్తివంతమైనవాడు, ఎందుకంటే అతని అహంకారంతో అతను మొత్తం భూమిని మహాసముద్రాల దిగువకు తీసుకువెళ్లాడు. విష్ణువును తమ సహాయానికి రమ్మని ప్రార్థించిన దేవతలను కూడా అతను తీవ్రంగా ఇబ్బంది పెట్టాడు. ఆ సమయంలో విష్ణువు భారీ వరాహ (పంది) రూపాన్ని స్వీకరించాడు, మరియు అతను క్రిందికి వెళ్లి, చంపిన తర్వాత భూమిని దాని సరైన స్థానంలో ఉంచగలిగాడు.

1. రథ చాలా బాగా తెలిసినది, మళ్ళీ ఇక్కడ వివరించబడింది . హిరణ్యాక్షుడు మరణించిన తరువాత, విష్ణువు అంధరుడిని హిరణ్యాక్షుడు పరిపాలించిన సామ్రాజ్యానికి పాలకునిగా చేసాడు. అతను రాజుగా పట్టాభిషిక్తుడైనప్పుడు, అతని బంధువు ప్రహ్లాదుడు ఇతర సంబంధాలతో అతని వద్దకు వెళ్లి ఇలా అన్నాడు: "సోదరా, మీరు గుడ్డివారు, ఈ వైకల్యంతో మీరు రాజ్యాన్ని ఎలా సమర్థవంతంగా పాలించగలరు. మేము మీకు దానిని ఇవ్వమని సలహా ఇస్తున్నాము. మాకు. బహుశా మా మామ శివుడి నుండి అంధుడైన కొడుకును అంగీకరించడం ద్వారా తప్పు చేసి ఉండవచ్చు "

తన బంధుమిత్రులు చెప్పిన ఈ అసహ్యకరమైన మాటలు వినడానికి అంధకాకు తెగబడింది. అతను నేరుగా అడవికి వెళ్లి, సృష్టికర్తను సంతోషపెట్టడానికి చాలా కష్టమైన తపస్సు చేయడం ప్రారంభించాడు. లెక్కలేనన్ని సంవత్సరాలుగా అతను తన ఒంటికాలిపై నిరంతరం స్వర్గానికి పైకెత్తి చేతితో నిలబడి ఉన్నాడు. ఇది అపూర్వమైన కఠోర తపస్సు అని నమ్ముతారు, ఇప్పటికీ ఏ భక్తుడికీ అసమానమైనది. అతని మొత్తం తపస్సు సమయంలో అతను ఒక చుక్క నీరు త్రాగలేదు లేదా ఒక ముక్క ఆహారం తినలేదు.

నిరాశతో, అతను తన శరీర అవయవాలను ఒక్కొక్కటిగా కత్తిరించడం ప్రారంభించాడు, తరిగిన భాగాలను పవిత్రమైన అగ్నికి సమర్పించాడు. కొద్దిసేపటికి అతని శరీరంపై కొంచెం మాంసం కూడా కనిపించలేదు. అతని మాంసమంతా పవిత్రమైన అగ్నిచే కజిమ్ చేయబడింది. బ్రహ్మ తన ముందు కనిపించడానికి ఎంచుకున్నప్పుడు అతను కేవలం అస్థిపంజరం అయ్యాడు.

"ఏమి కావాలి కొడుకు", బ్రహ్మ "నా కజిన్స్ ప్రహ్లాదుడు మరియు ఇతరులు నాకు ప్రసాదించిన రాజ్యాన్ని స్వాధీనం చేసుకున్నారు," అంధకుడు ప్రారంభించాడు: "నేను అంధుడిని, కాబట్టి నాకు మొదటి వరం ఇవ్వండి: నేను చూడగలిగేలా. నా భక్తితో కూడిన ఆరాధనతో మీరు సంతోషంగా ఉంటే, దయచేసి నాకు మరొక వరం ప్రసాదించండి: నేను దేవతలు, రాక్షసులు లేదా మానవులచే చంపబడకుండా ఉండేందుకు-మహా విష్ణువు చేత కూడా కాదు."

ఇప్పుడు బ్రహ్మ సందిగ్ధంలో పడ్డాడు. "నేను ఈ వరాన్ని అనుమతిస్తే, అతను ఎప్పటికీ చంపబడడు ఎందుకంటే ఇలాంటి వరాలను కోరిన పూర్వపు రాక్షసులు రక్షించబడాలని వారు పేర్కొన్న ఉత్తమ వ్యక్తులలో విష్ణువు పేరును ప్రస్తావించలేదు. ఫలితంగా, సృష్టి యొక్క క్షేమానికి, విష్ణువు ప్రత్యక్షమై వారిని చంపగలడు.కానీ ఇక్కడ ఒక రాక్షసుడు విష్ణువు పేరును ప్రస్తావిస్తున్నాడు" అని బ్రహ్మదేవుడు నిశ్శబ్దంగా భావించాడు. అతను రాక్షసుల కష్టతరమైన తపస్సు తగిన ప్రతిఫలం లేకుండా ఉండకుండా ఉండటానికి ఒక మార్గాన్ని కనుగొనవలసి వచ్చింది, కానీ, అదే సమయంలో, అతను అమరత్వం పొందలేడు."

తర్వాత మరింత ఆలోచించి అంధకునితో ఇలా అన్నాడు: జింక కుమారా! ఇది మర్త్య ప్రపంచం. ఇక్కడ పుట్టినవాడు చనిపోవాలి. మంచి పనులు చేయడం ద్వారా మీరు మీ గడువు ముగిసిన పరిస్థితులను ఎంచుకునే హక్కును మాత్రమే పొందుతారు. మీరు దానిని చెప్పవచ్చు మరియు మీ ఇతర అన్ని వరాలు కూడా మంజూరు చేయబడతాయి." సృష్టికర్త ముగించాడు. "మరణం అనివార్యం కాబట్టి," అంధకుడు, "అది కింద ఉండనివ్వండిక్రింది పరిస్థితులు. నేను ఎప్పుడైనా నాకు తల్లిలాంటి అందమైన స్త్రీని పెళ్లి చేసుకోవాలనుకుంటే, అది నా మరణ క్షణమే కదా."

ఎటువంటి షరతు లేకుండా ఉండటం మంచిది కాబట్టి, బ్రహ్మ వెంటనే వరం ఇచ్చాడు. అంధకుడు, విజయ శిఖరాన్ని అధిరోహించి, తన రాజ్యానికి తిరిగి వచ్చాడు. అతని దాయాదులు అతని శక్తుల

గురించి తెలుసుకున్నప్పుడు, పల్వరైజ్ చేయబడి, వారు అంధక సామ్రాజ్యాన్ని తిరిగి ఇవ్వడమే కాకుండా, భయాందోళనతో తమను కూడా దానికి జోడించారు. "కళ్ళు లేకపోయినా అతను చాలా కష్టంగా ఉన్నాడు," ప్రహ్లాదుడు అనుకున్నాడు, "ఇప్పుడు కళ్ళతో అతను ఏ మనిషి, రాక్షసుడు లేదా దేవుడిచే అక్షరాలా అజేయంగా ఉంటాడు." ఇంట్లో గొడవలు తీరగానే అందక స్వర్గంపై దాడి చేసింది. అతను ఇంద్రుడు మరియు ఇతర దేవతలను ఓడించాడు, స్వర్గాన్ని తన అధీనంలోకి తెచ్చాడు మరియు దేవతలు రాక్షస ప్రభువుకు భారీగా పన్నులు చెల్లించేలా చేశాడు. తరువాత అతను నాగులు (పాములు), గంధర్వులు, రాక్షసులు, కుబేరుడు మరియు అతని వంశం అయిన యక్షులపై మరియు మానవులపై దాడి చేసి ఓడించాడు.

అలా మూడు లోకాలనూ పరిపాలించడం ప్రారంభించాడు అంతిమ అధికారంతో. అపరిమితమైన కాలం అంధకుడు పాలించాడు ఈ పొగడ్త లేని పద్ధతి. వేదాలతో సహా పవిత్ర శిల్పాలు ఉన్నాయి గాలికి విసిరివేయబడింది, యాగాలు అనుమతించబడలేదు మరియు ధర్మబద్ధమైన ప్రవర్తన మొదటి క్యాజువాలిటీ అయ్యాడు. ఒకసారి అంధకుడు మందర పర్వతాన్ని సందర్శించాడు. అతనికి ఆ ప్రదేశం బాగా నచ్చడంతో ఇక్కడే నివాసం ఉండాలని నిర్ణయించుకున్నాడు. అతను తన ముగ్గురు లెటెనెంట్లను: దుర్యోధనుడు, విఘాసుడు మరియు హస్తి నివాసానికి తగిన స్థలాన్ని కనుగొనమని ఆదేశించాడు.

ముగ్గురూ మందార్ పర్వతం యొక్క పర్యావరణాన్ని అన్వేషిస్తుండగా, వారు ఒక మంచి గుహను ఢీకొన్నారు. లోపల ఒక సన్యాసి కూర్చుని ధ్యానంలో నిమగ్నమై ఉన్నాడు. పులి చర్మాన్ని ధరించి, పుర్రెల దండను ధరించి, ఆ ఎరిమిట్ జుట్టు అతని నుదిటి నుండి మెరుస్తున్న చంద్రవంకతో మెరిసింది. ఆ ఎరిమిట్‌కి దగ్గరగా ఒక అందమైన స్త్రీ కూర్చుని ఉంది. లెటెనెంట్‌లలో ఆమె అత్యంత కాంబియెస్ట్ మహిళ

1. చాలా పెద్ద శరీరాన్ని కలిగి ఉన్న దెయ్యం యొక్క తరగతి లేదా జాతి; వారు అడవి సంపదకు సంరక్షకులుగా భావించబడ్డారు. అంధకా వారి ఉనికి అంతా చూసింది. "ఆమె మన రాణి అయి ఉండాలి" మరియు ఈ నిర్ణయంతో వారు అంధకానికి తిరిగి వచ్చారు మరియు వారు చూసినదంతా చెప్పారు. "అలాంటప్పుడు నువ్వు ఖాళీ చేత్తో ఇక్కడికి ఎందుక తిరిగావు", అంధక తన్నాడు: "ఆ ఎరిమిట వద్దకు తిరిగి వెళ్లి ఆ స్త్రీ కోసం అతనిని అడగండి." సూచించినట్లుగా, దుర్యోధనుడు, విఘాసుడు మరియు హస్తి మరెవరో కాదు, శివుడు మరియు స్త్రీ అయిన పార్వతి తప్ప మరెవరో కాదు.

   వారు ఆ ఎరిమిట్‌తో ఇలా అన్నారు: "సరే, నువ్వు కేవలం సన్యాసివి, అందుకే నీ భార్య అంత అందమైన స్త్రీకి నీకు అర్హత లేదు. ఆమె మన యజమాని వలె ఎవరో రాజుకి భార్య అయి ఉండాలి. అతను ముగ్గురికి ప్రభువు. రాజ్యం మరియు అందుకే అపారమైన గనవంతుడు, అతను బ్రహ్మ,

నుండి వరం పొందాడు, ఈ స్త్రీని మాకు ఇవ్వండి, తద్వారా మా యజమాని ఆమెను పెళ్లి చేసుకో." "మీ యజమానిని ఇక్కడికి వచ్చి ఆ స్త్రీని స్వయంగా తీసుకువెళ్ళమని చెప్పండి" అని బదులిచ్చారు (శివుడు). అంధకుడికి విషయం తెలియగానే అతను తన కత్తి పట్టుకుని 'ఎరమిట్'తో యుద్ధానికి వచ్చాడు. గుహ తలుపును నంది కాపలాగా ఉంచాడు, అందుకే అంధకుడు మొదట నందితో యుద్ధం చేయాల్సి వచ్చింది. నంది రాక్షసుడిని సులభంగా ఓడించాడు మరియు అతని సైనికులను కూడా ఓడించాడు.

కానీ ఒక స్థితిస్థాపకుడైన అంధకుడు వెంటనే తిరిగి వచ్చాడు మరియు మళ్లీ అతనికి మరియు నందికి మధ్య ఐదు వందల సంవత్సరాల పాటు పోరాటం జరిగింది. అంధకునితో జరిగిన ఆ యుద్ధంలో శివుడికి సహాయం చేయడానికి బ్రహ్మ, విష్ణు, ఇంద్రుడు మరియు ఇతర దేవతలు కూడా వచ్చారు. అంధక యొక్క లెటెనెంట్, విఘాస బలమైన యోధుడు. నోరు తెరిచి విష్ణువుతో సహా దేవతలందరినీ మింగేశాడు. ఇప్పటివరకు, శివుడు యుద్ధంలో చురుకుగా పాల్గొనలేదు. కానీ విఘాసుడు తన ఎంపిక చేసుకున్న విష్ణువుతో సహా దేవతలను మింగాడని విని, అతను తనకు ఇష్టమైన ఎద్దుపైకి ఎక్కి, రాక్షసుడిని నివాసం కోసం సవాలు చేస్తూ బయటకు వచ్చాడు. అతను విఘేశను చంపి రక్షించాడురాక్షసుడి కడుపు నుండి దేవతలు.. ఇప్పుడు, అసుర (రాక్షసులు)కి శుక్రాచార్య అనే బోధకుడు ఉన్నాడు, అతను "మృత-సంజీవన్" అనే సూత్రం సహాయంతో చనిపోయిన జీవిని బ్రతికించే కళను తెలుసుకున్నాడు.

కాబట్టి రాక్షసులు అతనిని అభ్యర్థించారు మరియు అతను చంపబడిన రాక్షస-సమూహాలను తిరిగి బ్రతికించడం ప్రారంభించాడు. దేవతలు భయపడ్డారు. ఈ దృగ్విషయాన్ని ముగించమని వారు మళ్లీ శివుడిని ప్రార్థించారు. శివుడు శుక్రాచార్యుడిని పట్టుకోమని తన గణాలను (అనుబంధ వ్యక్తులు) ఆదేశించాడు మరియు అతనిని అతని ముందుకు తీసుకురాగా, అతను రాక్షస-గురువును మింగేశాడు.అప్పుడు అంధకుడు తప్ప రాక్షసులందరూ నాశనమయ్యారు. అతను పోరాటం కొనసాగించాడు.

విష్ణువు యొక్క ప్రసిద్ధ జాపత్రి 'కౌముది' కూడా అతని హింసాత్మక దాడులకు చెక్ పెట్టలేకపోయింది. ఇంద్రుని వజ్రము లేదా ఉరుము కూడా భయంకరమైన రాక్షసుని యొక్క పురోగమనాన్ని తనిఖీ చేయడంలో పెద్దగా చేయలేకపోయింది. అన్ని దేవతల ఆయుధాలు రాక్షసుడిని గాయపరచగలవు, దీని వలన అతని గాయాల నుండి కొన్ని రక్తపు బిందువులు వెలువడతాయి. కానీ రక్తపు చుక్కలు నేలపై పడటంతో తాజాగా అంధకారాన్ని సృష్టించారు. తత్ఫలితంగా, లెక్కలేనన్ని అంధకులతో యుద్ధరంగం నిండిపోయింది.

లక్షలాది మంది అందాకా ఉన్నారు. రాక్షస-ప్రభువుతో ఈ మాయ-యుద్ధ' (భ్రమ కలిగించే యుద్ధం) పోరాడటానికి, శివుడు దేవి అనే దేవతను సృష్టించాడు. ఈ భయంకరమైన స్త్రీ ఉనికిని

శివుడు తన శరీరం నుండి సృష్టించాడు, శివుడు యుద్ధరంగంలో పడి కొత్త అంధకాన్ని సృష్టిస్తున్న రాక్షసుని రక్తాన్ని తాగమని దేవీని కోరాడు. ఈ విధంగా దేవి సహాయంతో, శివుడు రాక్షసులను ఎదుర్కోవడం ప్రారంభించాడు మరియు త్వరలోనే అసలు అంధకుడిని మినహాయించి అందరూ చంపబడ్డారు. అతని ముందు చూసిన శివుడు తన త్రిశూలాన్ని అతనిపైకి విసిరాడు, అది అంధకుడిని ఛాతీపై కొట్టింది మరియు వెంటనే అతన్ని చంపింది. యుద్ధం, ఇప్పుడు ముగిసింది మరియు దేవతలు శివుని కీర్తిలో స్తోత్రాలు పాడారు.

అప్పుడు జీవించి ఉన్న రాక్షసుల కోరికపై. రాక్షసుల గురువు అయిన శుక్రాచార్యను శివుడు తన యూరినరీ ట్రాక్ ద్వారా విడుదల చేసాడు. అందువల్ల వీర్యం 'శుక్ర' అని కూడా పిలువబడింది. ఆ విధంగా అంధక అనే రాక్షసుడునాశనమయ్యాడు మరియు శాంతి మరియు వైదిక క్రమం మూడు రంగాలకు తిరిగి వచ్చింది.

29. రురు కథ

పార్వతిని తన భార్యగా కోరుకునే మరో రాక్షసుడు ఉన్నాడు. అతని పేరు రురు. ఒకసారి పర్వతాల మీద తిరుగుతున్నప్పుడు అతనికి పార్వతి కనిపించింది. అతను ఆమె అందానికి ఎంతగానో ముగ్ధుడై, పార్వతిని తన భార్యగా చేసుకోవాలని అప్పుడే నిర్ణయించుకున్నాడు. ఈ సంకల్పంతో అతను పార్వతిని తన భార్యగా ఇవ్వడానికి సృష్టికర్త నుండి వరం కోరడానికి బ్రహ్మను ప్రసన్నం చేసుకోవడానికి 'తపస్సు' చేయడానికి వెళ్ళాడు.

సమయానికి బ్రహ్మ అతని ముందు ప్రత్యక్షమై ఇలా అడిగాడు: "రురూ! ఎందుకు ఇంత కష్టమైన తపస్సు చేస్తున్నావు. అది ఏమిటి? లక్ష్యం చేస్తున్నావా?" "పార్వతిని నా భార్యగా చేసుకో" అని రూరు కోరాడు. "అదే నేను నీకు చేసిన పూజల పర్యవసానంగా నీ నుండి కోరుతున్న వరం." "మీ ఆరాధన ఎంతగా ఉన్నా నేను కూడా నీకు ఇవ్వలేని వరం ఇది కాదు. ఇంకేదైనా అడగండి" అన్నాడు బ్రహ్మ. కానీ రురు ఆ వరం మాత్రమే కావాలని పట్టుబట్టాడు.

అది దాటి ఉంది కాబట్టి బ్రహ్మ యొక్క శక్తులు, సృష్టికర్త తిరిగి వెళ్ళాడు మరియు రురు అతనితో కొనసాగాడు ధ్యానం దానిని మరింత లోతుగా చేస్తుంది. రురుడు మలయ అనే పర్వతం వద్ద ఈ ధ్యాన ఆరాధన చేస్తున్నాడు. రురుడు దానిని చాలా తీవ్రంగా చేయడం ప్రారంభించాడు, దాని నుండి ఉత్పన్నమయ్యే వేడి కారణంగా, పర్వత శ్రేణి కూడా కాలిపోవడం ప్రారంభించింది. అది వెంటనే చాలా దూరం దూకుతున్న మంటలను అభివృద్ధి చేసింది, పార్వతితో సన్నిహితంగా ఉన్న శివుడు కూడా సురక్షితమైన ప్రదేశానికి పారిపోవాల్సి వచ్చింది. పార్వతి ఆశ్చర్యపోయింది: "ప్రభూ మనం ఎందుకు పారిపోతున్నాము? ఎందుకు నీవు నీ యోగ శక్తులతో ఈ మంటలను ఆర్పడానికి ప్రయత్నించవద్దు." "నేను చేయలేను" అన్నాడు శివుడు: "నిన్ను భార్యగా పొందడం కోసం రురుని తీవ్రమైన 'తపస్సు' వల్ల ఈ జ్వాలలు కలుగుతున్నాయి.

కాబట్టి ఈ మంటల గురించి మీరు ఏ నిర్ణయం తీసుకున్నారో అది మీ ఇష్టం." అసలు కారణం తెలుసుకున్న పార్వతి దాని గురించి ఏదైనా చేయాలని నిర్ణయించుకుంది. శివుడు మరియు పార్వతి సమస్యను చర్చిస్తున్నప్పుడు,పార్వతి ఒక ఏనుగుతో పోరాడుతున్న సింహాన్ని గుర్తించింది. పార్వతి లేదా ఉమ వెంటనే సింహాన్ని వధించి, సింహం చర్మాన్ని తన దుస్తులుగా ధరించడానికి దాని తోలు పేశారు. చర్మం నుండి రక్తం కారడం వల్ల ఆమె జుట్టు సింహం రక్తంతో అద్ది, ఆమె రూపానికి భయంకరంగా కనిపించింది.

అప్పుడు ఆమె గట్టిగా అరుస్తూ రురు ఉన్న చోటికి పరుగెత్తింది. "రురూ! నన్ను గుర్తించావా ? నేనే పార్వతిని. నేనే" అని పార్వతి చెప్పింది "ఎవరి కోసం నువ్వు ఇంత భక్తితో ప్రార్థిస్తున్నావు. నేను ఇప్పుడు ఇక్కడ ఉన్నాను. ధ్యానం ఆపు"," "అర్థంగా మాట్లాడకు," రురు మసకబారాడు: "నువ్వు పార్వతి కాలేవు. ఆమె ప్రపంచంలోనే అత్యంత అందమైన మహిళ. మరియు మీరు......

మీరు భయంకరంగా మరియు అసహ్యంగా కనిపిస్తారు. ఆమె చంద్రుడిలా ఉండగా మరియు ఆమె ఛాయ వర్ణం. మీరు చీకటిగా మరియు వికారంగా ఉన్నారు. ఆమె చేతులు తామర కాండంలా ఉండగా, మీ చేతులు దృఢంగా మరియు అసహ్యంగా కనిపిస్తున్నాయి. మీరు పార్వతి కాలేరు. నేను మీకు చెప్తున్నాను-నేను నా దురదృష్టకర చర్య తీసుకునే ముందు మీరు నిష్క్రమించండి. నాకు వద్దు నువ్వు."

అంటూ పార్వతిని రురుడు గదతో కొట్టాడు. రాక్షసుని భీతితో కోపోద్రిక్తుడైన ఆమె తన పిడికిలితో రురుని కొట్టింది. అప్పుడు వారి మధ్య భీకర వాగ్వాదం జరిగింది. రురు తన బండరాళ్లు మరియు చెట్లపై ఎగురుతూనే ఉన్నాడు, అయితే ఆమె తన గోర్లు మరియు దంతాలను ఉపయోగించి రాక్షసుడిని కొట్టింది. రురు, తన మంత్ర శక్తుల ద్వారా అనేక రాక్షసులను సృష్టించాడు, అవి పార్వతిపైకి వచ్చాయి.

ప్రతీకారంగా పార్వతి తన శరీరం నుండి అనేక శక్తి (శక్తులు) కనిపించేలా చేసింది, అది రురుడు సృష్టించిన రాక్షసులను కబళించడం ప్రారంభించింది. యుద్ధంలో బలహీనపడుతున్న అతని బలగాలను విడిచిపెట్టి, రురు పారిపోయాడు మరియు పార్వతి అతన్ని భూమి యొక్క చివరలను ఒప్పించింది. ఆమెను తప్పించడానికి, అతను స్వర్గానికి పారిపోయాడు, కానీ పార్వతి అతనిని అనుసరించింది.

అప్పుడు అతను పాతాళానికి పారిపోయాడు (లోకం కాదు) కానీ పార్వతి కూడా అక్కడికి చేరుకుంది. ఆఖరికి రూరుకి తప్పించుకునే చోటు లేదు. అప్పుడు పార్వతి అతనిని పట్టుకుని తన గోళ్ళతో అతని తలని చీల్చింది. తన ప్రత్యర్థి చనిపోవడం చూసి పార్వతి గర్జించి అతని రక్తం తాగింది. అప్పుడు ఆమె తన చేతులతో దెయ్యాన్ని పొట్టనబెట్టుకుని తీసుకుంది ఆమెతో కొట్టాడు. ఆ విధంగా రురుని చంపి, పార్వతి శివుని వద్దకు తిరిగి వచ్చింది. పార్వతి అతనికి సింహపు చర్మాన్ని కానుకగా ఇచ్చింది. పార్వతి రురుని చంపిన చర్మం అదే. శివ కృతజ్ఞతతో దానిని ధరించాడు. మరియు పార్వతి రురుని చర్మాన్ని ధరించింది.

30.ఒక తప్పుడు పార్వతి స్వరూపం

పార్వతిని వెనకేసుకొస్తున్నారు. అతనితో పాటు అనేక మంది శివుడు తన పరివారంతో శోణిత్పూర్, గంధర్వులు మరియు అప్సరసలు [దైవ సంగీతకారులు మరియు నృత్యకారులు] అనే నగరానికి బయలుదేరారు. కానీ వెంటనే అతను పార్వతిని కోల్పోవడం ప్రారంభించాడు. శివుడు నందిని పిలిచి వెళ్లి పార్వతిని తీసుకురమ్మని అడిగాడు. నంది విధిగా కైలాసానికి మరమ్మత్తు చేసి పార్వతితో ఇలా అన్నాడు: "అమ్మా! భగవంతుడు నిన్ను అతని దగ్గరకు కోరుకుంటున్నాడు.

నువ్వు నాతో పాటు రావాలి. నేను నిన్ను అతని దగ్గరకు తీసుకెళ్తాను." కానీ పార్వతి అంత తక్కువ సమయంలో వెళ్లిపోవడానికి సిద్ధంగా లేదు. ఆమె ఇలా చెప్పింది: "నండీ! నువ్వు వెనక్కి వెళ్లి నేను వెళ్ళలేనని చెప్పు తక్షణమే. ప్రయాణానికి సిద్ధం కావడానికి నాకు కొంత సమయం కావాలి." నంది తిరిగి వెళ్లి శివునికి పార్వతి నుండి సందేశం ఇచ్చాడు.

శివుడు కొంతసేపు వేచి ఉన్నాడు, కానీ పార్వతి రాలేదు, కాబట్టి, మళ్ళీ నందిని కైలాసానికి వెళ్లి పార్వతి మరియు ఆమె సహచరులతో తిరిగి రమ్మని కోరాడు. ప్రోంటో నంది వెళ్ళినప్పుడు, అప్సరసలు మరియు గంధర్వులు, పార్వతి తనతో ఉండాలనే శివుని అసహనాన్ని గుర్తించి, ఆచరణాత్మకమైన జోక్ ఆడాలని నిర్ణయించుకున్నారు. వారు ఒక తప్పుడు పార్వతిని, తప్పుడు నందిని మరియు పార్వతి యొక్క ఇతర సహచరులను సృష్టించారు, శివుడు కూడా తప్పుడు పార్వతిని గుర్తించలేకపోయాడు మరియు నందిని శివుడు తన అనుచరులైన అప్సరసలు మరియు గంధర్వులతో గుర్తించకుండా ఆ అబద్ధ పార్వతితో చాలా సరదాగా గడిపాడు.

వాస్తవం, ఇదిగో! అక్కడ కూడా నిజమైన పార్వతి చేరుకుంది, నిజమైన నందితో ఆమె నిజమైన సహచరులు. దీంతో ఒక్కో పార్టీ తమదే అసలైన గ్రూపు అని చెప్పుకోవడంతో తీవ్ర గందరగోళం నెలకొంది. చివరగా, శివుని ఖర్చుతో ఎంతో ఆనందించి, అప్సరసలు తమ నిజాన్ని స్వీకరించారు రూపం. వారు 'నాటకం' కోసం క్షమాపణలు చెప్పారు మరియు ఇలా అన్నారు: "తన భర్తకు అంత ప్రియమైన దేవి పార్వతి ధన్యురాలు.

ఆమె ప్రతి పెళ్లైన స్త్రీకి ఆదర్శంగా ఉండండి"! శివ, పార్వతి ఇద్దరూ 'నాటకం'ని పట్టించుకోకుండా ఆనందించారు కనీసం. వారు దీనికి విరుద్ధంగా, అప్సరసలు మరియు గంధర్వులు ఇంత పరిపూర్ణతతో మోసాన్ని ఆడుతున్నారని ప్రశంసించారు. అప్పుడు అప్సరసలు మరియు గంధర్వులు వారి రాజ్యానికి వెళ్లారు మరియు శివుడు పార్వతి, నంది మరియు ఇతర అనుచరులతో కలిసి వారి శాశ్వత నివాసమైన కైలాసానికి బయలుదేరారు.

31.మరో తప్పుడు పార్వతి

ఇంతకు ముందు ప్రస్తావించబడిన s, ఒకసారి పార్వతిని 'కాళి' భూమి అని సంబోధించిన కోపంతో ఆమె మళ్లీ సరసమైనదిగా మారడానికి వెళ్లిపోయింది. కానీ ఆమె వెళ్ళే ముందు, శివుడు మాదకద్రవ్యాల పట్ల ఉన్న మక్కువను గుర్తుచేసుకుని, గంధర్వులు మరియు అప్సరసలు అతనిపై ఒక ఉపాయం ఆడినప్పుడు జరిగినట్లుగా అతని భార్యను కూడా గుర్తించకుండా, ఆమె నందిని పక్కకు పిలిచి ఇలా చెప్పింది: "నంది! మీకు మీ ప్రభువు తెలుసు! అసలు పార్వతికి, నకిలీకి మధ్య తేడా తెలియదు. కాబట్టి గేటు దగ్గర కాపలా ఉంచి, ఏ తప్పుడు పార్వతిని లోపలికి రానివ్వకండి."

ఈ స్పష్టమైన ఉద్దేశ్యంతో ఆమె తన 'తపస్సు'ను ప్రదర్శించడానికి అరణ్యాలకు బయలుదేరింది. ఆ కాలంలో ఆది అనే అసురుడు (రాక్షసుడు) ఉండేవాడు. బ్రహ్మను ప్రసన్నం చేసుకోవడానికి చాలా కష్టమైన తపస్సు చేసాడు. దేవత ప్రత్యక్షమైనప్పుడు అతని నుండి అమరత్వం యొక్క వరం కోరుకున్నాడు. బ్రహ్మ అన్నాడు: "క్షమించండి! ఈ మర్త్య ప్రపంచంలో పుట్టిన ప్రతి ఒక్కరూ ఏదో ఒక రోజు చనిపోవాలి. ఇది ప్రకృతి నియమం మరియు భంగం కలిగించకూడదు.

మీకు నా నుండి ఇంకేదైనా వరం ఉండవచ్చు." "అప్పుడు నన్ను భూమిపై బలమైన వ్యక్తిగా చేయండి." అధి బ్రహ్మను ప్రసన్నం చేసుకోవడానికి చాలా కష్టమైన తపస్సు చేసాడు. దేవత ప్రత్యక్షమైనప్పుడు అతని నుండి అమరత్వం యొక్క వరం కోరుకున్నాడు. బ్రహ్మ అన్నాడు: "క్షమించండి! ఈ మర్త్య ప్రపంచంలో పుట్టిన ప్రతి ఒక్కరూ ఏదో ఒక రోజు చనిపోవాలి. ఇది ప్రకృతి నియమం మరియు భంగం కలిగించకూడదు. మీకు నా నుండి ఇంకేదైనా వరం ఉండవచ్చు."

"అలాగైతే నన్ను భూమిపై అత్యంత బలమైన వ్యక్తిగా మార్చు" అని ఆది అభ్యర్థించాడు. ఈ వరం బ్రహ్మ వెంటనే ప్రసాదించాడు. ఏ రూపమైనా స్వీకరించే వరం కూడా ఇచ్చాడు. ఈ వరంతో ఆ రాక్షసుడు హిమాలయాలలో సంచరించాడు. అతను కైలాష్ సమీపంలోకి కూడా చేరుకున్నాడు. అక్కడ అతను శివుని నివాసానికి కాపలాగా ఉన్న నందిని కనుగొన్నాడు. "మీరు ఇక్కడ ఏమి చేస్తున్నారు?" అని రాక్షసుడు నందిని అడిగాడు.

నంది పార్వతి తనకు ఉపదేశించినదంతా చెప్పాడు. అతను రాక్షసుడిని సన్యాసిగా భావించి ఏమీ దాచలేదు. శివుని ఈ బలహీనత గురించి తెలుసుకున్న రాక్షసుడు ఒక కుట్ర పన్నాడు. వెంటనే పార్వతి వేషం వేసుకున్నాడు. భయపడుతున్నారు. నంది మారువేషంలో ఉన్న అతనిని గుర్తించాలని, దుష్ట రాక్షసుడు ఒక చిన్న పాము యొక్క రూపాన్ని ఎంచుకుని, ద్వారం వద్ద ఉన్న చిన్న గుహ ద్వారా గుర్తించబడకుండా వెళ్ళగలిగాడు.

శివుని గది లోపలికి చేరుకుని, అతను పార్వతి రూపాన్ని స్వీకరించాడు. అప్పుడు అతను దెయ్యాల ఆటను చూడలేని శివుడిని కలవడానికి వెళ్లి తన భార్యను స్వాగతించడానికి ఉత్సాహంగా ముందుకు వచ్చాడు. అయితే శివుడు తప్పుడు పార్వతిని తన చేతుల్లోకి తీసుకున్న వెంటనే ఆ రాక్షసుడు తన

నిజమైన వేషంలో కనిపించాడు. అనంతరం శివుడిని హత్య చేసేందుకు ప్రయత్నించాడు. శివ్ తన ప్రత్యర్థి ఎవరో తెలుసుకున్న క్షణం, అతను అతనితో పోరాడాడు మరియు రక్తపు ద్వంద్వ పోరాటం జరిగింది. వెంటనే రాక్షసుడిని శివుడు సంహరించాడు.

కానీ చనిపోయే ముందు దుర్మార్గులు శివునిపై మరొక ఉపాయం ఆడారు మరియు ఇలా అన్నారు: "నాకంటూ ఒక సోదరుడు ఉన్నాడు, కానీ అతను నా కంటే బలవంతుడు, అతను త్వరలో మళ్ళీ వస్తాడు' నిన్ను చంపడానికి పార్వతి వేషంలో." అతనికి సోదరుడు లేనందున అది రాక్షసుడు లేవనెత్తిన తప్పుడు హెచ్చరిక మాత్రమే.

కానీ శివను కంగారు పెట్టడానికి అలా చేశాడు. అప్పుడు అతను మరణించాడు. అయితే దెయ్యం ఉపాయం ఫలించింది. పార్వతి తన 'తపస్సు' పూర్తి చేసి, తన అసలు రంగును తిరిగి పొందిన వెంటనే, శివుడు ఆమెను మారువేషంలో వధించిన రాక్షసుడి సోదరుడిగా భావించాడు మరియు భార్యాభర్తల మధ్య రక్తపు యుద్ధం ప్రారంభమైంది. పార్వతిని చంపడానికి శివుడు తన శరీరం నుండి అనేక ప్రాణులను సృష్టించాడు. ప్రతీకారంగా పార్వతి తన అసలు ఉనికిని తన భర్తను ఒప్పించడంలో విఫలమైన తర్వాత తన శరీరం నుండి అనేక శక్తులను సృష్టించింది. వెంటనే పార్వతి సృష్టించిన శక్తులు శివుడు సృష్టించిన జీవులను మింగేశాయి. శివుడు సృష్టించిన ప్రాణులను మింగేసేంత శక్తులను మరే ఇతర జీవి సృష్టించలేదు కాబట్టి శివుడు తన తప్పును గ్రహించాడు. తన తప్పు తెలుసుకుని పార్వతిని కౌగిలించుకుని కైలాసంలో అంతా బాగానే ఉంది.

32.యమ యొక్క ఇద్దరు ప్రముఖ అతిథులు

బ్రహ్మకు నలుగురు మానసిక పుత్రులు ఉన్నారు. వారి పేర్లు సనక, సనాతన్, సనందన్ మరియు సనత కుమార్. వారంతా చాలా నేర్చుకున్నారు. బ్రహ్మదేవుని ఒక్క వరం వల్ల వారు ఎప్పుడూ బాల రూపంలోనే ఉంటారు. వారిలో ఒకరైన సనత్ కుమార్ ఒకసారి బ్రహ్మ సలహా మేరకు యమ-లోక్ (యమ, మృత్యుదేవత రాజ్యం)ని సందర్శించి అక్కడి ఏర్పాటును పరిశీలించారు. శాంతకుమార్ యమతో చర్చలు జరుపుతున్నప్పుడు, అతను యమ సామ్రాజ్యంలో దిగుతున్న 'విమానం' (దైవ ఎగిరే వాహనం)ని గుర్తించాడు.

మెరుస్తున్న విమన్ నుండి ఒక ప్రఖ్యాత వ్యక్తి బయటకు వచ్చాడు, అతని ముందు యమ చాలా గౌరవప్రదంగా నమస్కరించాడు మరియు ఇలా అడిగాడు: "సార్, మీకు ఏదైనా అసౌకర్యంగా అనిపించిందా? నా రాజ్యంలో మీ ఉనికిని చూసి నేను గౌరవించబడ్డాను." ఆరాధించిన తర్వాత ఆ వ్యక్తి భక్తితో యమ ఇలా అన్నాడు: "ఈ విమానం ఇప్పుడు మిమ్మల్ని బ్రహ్మ రాజ్యానికి తీసుకెళ్తుంది, అక్కడ మీ అనేక పుణ్యాల (మత పుణ్యాల) కారణంగా మీరు స్థానం సంపాదించారు. నా రాజ్యాలను సందర్శించినందుకు ధన్యవాదాలు."

అప్పుడు యమ ఆ విమానాన్ని నిర్ణీత గమ్యస్థానానికి నడిపించాడు. ఈ అతిథి నిష్క్రమించిన తర్వాత, కొద్దిసేపటికే మరొక అతిథి మెరుస్తున్న మరో విమానంలో వచ్చారు, అతను మొదటి అతిథికి చూపించిన గౌరవప్రదమైన చికిత్సను కూడా పొందాడు. ఈ విమానాన్ని కూడా పూర్తి గౌరవం మరియు ఆరాధనతో నిర్ణయించిన గమ్యస్థానానికి అందించిన తరువాత, యమ సనాతకుమార్ వద్దకు తిరిగి వచ్చాడు. ఇప్పుడు, ఈ బాల ఋషి చాలా రహస్యంగా ఉన్నాడు. "ఇలా అంగీకరించబడిన ఈ ఇద్దరు వ్యక్తులు ఎవరు కావచ్చు. మృత్యుదేవత అయిన యమచే గౌరవప్రదమైన చికిత్స. ఈ విధమైన చికిత్స బ్రహ్మ, విష్ణు మరియు మహేశ్‌లకు మాత్రమే ప్రత్యేకించబడిందా? వారు ఎవరు కావచ్చు?" సనాతకుమారుడు ఈ ప్రశ్నలతో పట్టుబట్టినప్పుడు, యమ ఈ ఇద్దరు నోబెల్ ఆత్మల గురించిన వివరాలు చెప్పవలసి వచ్చింది. అక్కడ విదిశ అనే నగరం ఉంది. అక్కడ పాలించే రాజు ధరపాలుడు. అతను చాలా గొప్ప రాజు. ఒకసారి అతను సందర్శించాడు.

వేట కోసం అడవి, అక్కడ అతను శివుడికి భక్తితో పూజలు చేస్తున్న నక్కను కనుగొన్నాడు. ధరపాలుడు గొప్ప రాజు కనుక ఈ నక్క గురించి తన యోగ శక్తుల ద్వారా తెలుసుకున్నాడు. ఆ నక్క మరెవరో కాదు, నంది, పార్వతి అతనిపై విధించిన శాపానికి కొంత కాలం గడిచిపోయింది. శివుని గదిలోకి తప్పుడు పార్వతి ప్రవేశాన్ని అనుమతించడమే అతని తప్పు. [కథ ఇప్పటికే వివరాలు ఇవ్వబడింది]. ఈ లోపానికి నందిని పార్వతి పన్నెండేళ్లపాటు శపించింది . నక్క రూపంలో తన

జీవితాన్ని గడపవలసి ఉంటుంది. నక్క నేరుగా వితస్తా మరియు వేత్రవతి నదుల వద్దకు వెళ్లింది. అక్కడ అది ఒక లింగాన్ని కూర్చోబెట్టి దాని ముందు ప్రార్థించింది, ఆహారం లేదా నీరు లేకుండా పోయింది. పన్నెండేళ్ల వ్యవధి ముగిసిన తర్వాత, నక్క మరణించింది మరియు అతని ఆత్మ మెరుస్తున్న రూపాన్ని స్వీకరించి నందిగా శివుని రాజ్యానికి తిరిగి వెళ్లింది. ఈ నక్కపైనే రాజు, ధరపాలుడు తపస్సు చేయడం గమనించాడు, అతను అతని వింత మరణాన్ని కూడా చూశాడు. రాజు ఆశ్చర్యపోయాడు.

"లింగాన్ని తన భక్తితో పూజించడం ద్వారా నక్క కూడా శివుని రాజ్యాన్ని చేరుకోగలదా." అనుకున్నాడు. కానీ ఆ దృశ్యాన్ని చూసిన అతను నదుల సంగమానికి దగ్గరగా ఉన్న అద్భుతమైన ఆలయంలో లింగాన్ని కూడా సృష్టించాడు. అతను కొంతమంది బ్రాహ్మణులను ఆలయానికి తీసుకువచ్చాడు మరియు తరువాత పవిత్ర పురాణాలు మరియు ఇతర గ్రంథాలను నాన్‌స్టాప్‌గా పఠించాడు. ఈ గొప్ప చర్య రాజు మరణించినప్పుడు అతనికి భారీ మతపరమైన యోగ్యతను సేకరించింది. అతను నిల్వ చేసిన 'పుణ్యాల' కారణంగా అతను బ్రహ్మ రాజ్యానికి వెళతాడని శాసనం చేయబడింది. అతని ఆత్మ మృత్యుదేవత అయిన యమ క్షేత్రానికి చేరుకుంది మరియు అక్కడ ఇంతటి ఘన స్వాగతం లభించింది. "మరియు ఇతర అతిథి ఎవరు?" మొదటి అతిథి గురించి విన్న సనత కుమార్ అడిగాడు. యమ అతనికి రెండవదాని గురించిన వివరాలు చెప్పాడు.

అతిథి రెండవ అతిథి దేవుడు గ్రహించిన ఆత్మ కాదు. ఇది నిజానికి, దుష్ట కార్యాలలో నిమగ్నమైన ఒక దుష్ట వ్యక్తి. కానీ ఒక్కసారి ఒంటరితనంలో చిక్కుకున్నారు అక్కడ, అతను పవిత్ర పురాణాల కథనం వినవలసి వచ్చింది . అతన్ని పూర్తిగా మార్చేసింది. అతను భక్తుడు, దైవభీతి మరియు గొప్పవాడు అయ్యాడు వ్యక్తి. తరువాత, అతను పురాణాల మరియు పవిత్రమైన అనేక పారాయణాలను ఏర్పాటు చేశాడు . స్వతహాగా గ్రంథాలు మరియు బ్రాహ్మణులకు మరియు గొప్ప వ్యక్తులకు బంగారాన్ని దానం చేశాడు.

అతని తరువాతి చర్యలు అతనికి భారీ 'పుణ్యాలను' సంపాదించిపెట్టాయి, అతనిని బ్రహ్మ రాజ్యానికి తీసుకువెళ్లడానికి సరిపోతాయి. దుష్టత్వం నుండి గొప్ప వ్యక్తిగా మారిన వ్యక్తి తన పుణ్యాన్ని రెట్టింపుగా పొందుతాడని పవిత్ర గ్రంథాలు వెల్లడిస్తున్నాయి. దుష్టులు కూడా స్వర్గానికి వెళ్లేందుకు వీలు కల్పించే పవిత్ర పురాణాల పారాయణం వినడం వల్ల కలిగే ప్రతిఫలం అలాంటిదే. పవిత్ర పురాణాలను వినడం వలన పవిత్రమైన త్రిమూర్తులు (బ్రహ్మ, విష్ణు, మహేశ్) ఆరాధన చేసినంత పుణ్యం లభిస్తుంది.

33. శతానిక మరియు సహస్త్రానిక కథ

కథనాన్ని కొనసాగిస్తూ, రోమహర్షన్ ఈ శతానిక మరియు సహస్త్రానిక కథ గురించి సమావేశమైన సమావేశాలు కి చెప్పాడు. యుగాల క్రితం జంబూద్వీపం అనే ప్రాంతంలో శతానిక అనే గొప్ప రాజు నివసించాడు. అతను ప్రఖ్యాత యోధుడు మాత్రమే కాదు, చాలా నీతిమంతుడు. ప్రతిరోజు బ్రాహ్మణులకు భారీ దానం చేసేవాడు. అతను తన అతిథులను చాలా గౌరవంగా చూసుకున్నాడు. పూర్తి వయస్సు వరకు జీవించిన రాజు మరణించాడు. సహస్త్రనిక అనే అతని కుమారుడు సింహాసనాన్ని అధిష్టించాడు. సహస్త్రానిక కూడా చాలా గొప్ప రాజు అయినప్పటికీ, అతను తన తండ్రి చేసేంత భిక్ష బ్రాహ్మణులకు కేటాయించలేదు.

ఈ విషయంపై బ్రాహ్మణులు అసంతృప్తి చెందారు మరియు ఒక రోజు, వారు తమ ఫిర్యాదును రాజుతో నమోదు చేయడానికి ప్రతినిధి బృందంతో వచ్చారు. "మీరు మాకు మీ నాన్నగారి నుండి అందుతున్న దానికంటే చాలా తక్కువ బంగారం మరియు ఇతర వస్తువులు ఇస్తున్నారు. ఈ భిక్ష కారణంగా చాలా మంది గొప్ప బ్రాహ్మణులు మీ రాజ్యాన్ని విడిచిపెట్టవలసి వచ్చింది. మీరు ఇచ్చే భిక్ష యొక్క పరిమాణాన్ని పెంచుకోకపోతే చాలా మంది వారిని అనుసరిస్తారు. మరకు."కానీ సహస్త్రానిక వారి ఫిర్యాదుల వల్ల ప్రభావితం కాలేదు.

అతను ఇలా అన్నాడు: "నిశ్చయంగా, బ్రాహ్మణులకు దానం చేయడం వల్ల దాతకు పెద్ద మొత్తంలో 'పుణ్యం' చేరుతుందని మరియు దాత స్వర్గంలో జన్మించడాన్ని నిర్ధారిస్తారని నాకు తెలుసు. అయితే మా నాన్న అసలు ఎక్కడికి వెళ్లారో తెలుసుకోవాలనే ఆసక్తి నాకు ఉంది. బ్రాహ్మణులకు చాలా భిక్షలు.మీరందరూ మీకు అందుబాటులో ఉన్న విశ్వమంతా ఉన్న గొప్ప బ్రాహ్మణులు కాబట్టి, మీరు నాకు తప్పక చెప్పాలి, మా నాన్నగారి ఆత్మ విశ్రాంతి తీసుకుంటుంది.

1. భారతీయ ద్వీపకల్పం, జామున్ చెట్లు సమృద్ధిగా ఉన్నందున ఈ పేరు పెట్టారు- సంస్కృతంలో 'జంబు' అని పిలుస్తారు. దయచేసి దీనిని కనుగొనండి మరియు అప్పుడు మాత్రమే భారీ భిక్ష ఇవ్వడం ద్వారా దాతకు వచ్చే పుణ్యాన్ని నేను ఒప్పించగలను. నా కోసం చేస్తావా?" బ్రాహ్మణుల బృందం మౌనంగా ఉండిపోయింది. శతానిక రాజు ఆత్మ ఎక్కడ విశ్రాంతి తీసుకుంటుందో వారికి తెలియదు. మరణించిన రాజు ఆత్మ గురించి తెలుసుకోవాలని ఆలోచిస్తూ, వారు భార్గవ అనే పండిత ఋషిని కలుసుకున్నారు. అతను చాలా శక్తిమంతుడు మరియు అతని ఆదేశంతో విస్తారమైన యోగ శక్తులను కలిగి ఉన్నాడు. మరణించిన రాజు శతానిక ఆచూకీ గురించి భార్గవ మహర్షి చెప్పగలడని బ్రాహ్మణులు నిశ్చయించుకున్నారు.

మరణించిన రాజు ఆత్మ ఎక్కడ విశ్రాంతి తీసుకుంటుందో తెలుసుకునే పనిలో తనను తాను పాలుపంచుకోవడంలో ఋషి ఆసక్తి చూపలేదు, జీవితంలో చేసే శ్రేష్ఠమైన లేదా చెడు పనులకు

అనుగుణంగా ఒక వ్యక్తి మంచి లేదా చెడు రంగాలను పొందుతాడని అతనికి తెలుసు. కానీ బ్రాహ్మణులు అతనిని ఈ ఉద్యోగం గురించి అభ్యర్థిస్తూనే ఉన్నారు మరియు అయిష్టంగానే అతను అంగీకరించాడు. అప్పుడు ఋషి తనను నడిపించిన సూర్యభగవానుని, ఒక ఆత్మ ఎక్కడికి వెళ్లాలో నిర్ణయించే అంతిమ అధికారమైన యమ నివాసానికి ప్రార్థించాడు. ఆ రాజ్యంలో సూర్యభగవానుడు మొదట ఋషిని ఇరవై ఎనిమిది కోట్ల నరక (మండపాలు) వద్దకు నడిపించాడు.

తమ దుర్మార్గపు పనుల కారణంగా హింసకు గురవుతున్న పాపుల రోదనలు స్పష్టంగా వినిపించాయి. కానీ ఋషి మరింత ముందుకు వెళ్ళకముందే, అతని మార్గాన్ని ఒక బ్రాహ్మణుడు అడ్డుకున్నాడు. "ఓ ఋషి," రహస్యమైన బ్రాహ్మణుడు ఇలా అన్నాడు: "మీరు నాకు బంగారం బాకీ ఉన్నారు . మీ ఉద్దేశ్యం కోసం నేను అందించిన సేవలకు నాణెం. మీరు స్క్వేర్ చేయలేరు . నా జీవిత కాలంలో ఖాతా. ఇప్పుడు మీరు మీ ముందు చెల్లించాలి . ఈ రంగంలో మరింత ముందుకు వెళ్లండి." "అయితే ఖాతా సెటిల్ చేయడానికి నా దగ్గర నాణెం లేదు" అని భార్గవ బదులిచ్చాడు.

"నేను తిరిగి రాగానే సెటిల్ చెయ్యి. లెక్క తేల్చడానికి యమ నాణేన్ని తెచ్చుకుంటాను. అయితే ఇప్పుడు నేను ముందుకు వెళతాను" అన్నాడు మహర్షి. "ఈ రాజ్యంలో క్రెడిట్ లేదు మరియు అన్ని ఖాతాలు పరిష్కరించబడతాయి. హార్డ్ నగదులో తర్వాత చెల్లింపు చేయడానికి ఎలాంటి నిబంధన లేదు. ఏమైనప్పటికీ, మీ వద్ద డబ్బు లేకుంటే, మీ ధ్యానం మరియు పూజల ద్వారా మీరు ఇప్పటివరకు సేకరించిన మొత్తం పుణ్యంలో ఆరవ వంతు మీకు అందించిన ఖాతాను తీర్చడానికి నేను సంతోషిస్తాను."

భార్గవ దీనికి స్థిరపడవలసి వచ్చింది, ఆపై అతను మరింత ముందుకు సాగాడు. అతను, ఒక ఆవుల కాపరి, ఒక చాకలి, ఒక దర్జీ, పూజారి మరియు బిల్డర్. ప్రతి ఒక్కరికి అతను కొంత డబ్బు బాకీ ఉన్నాడు మరియు అప్పు తీరే వరకు వారు అతనిని కదలనివ్వరు. వారందరికీ అతను తన క్రెడిట్‌గా పేరుకుపోయిన 'పుణ్య'లో ఆరవ వంతు ఇవ్వాలి.

ఎట్టకేలకు, సూర్యదేవుని నేతృత్వంలో, భార్గవ ఒక వ్యక్తి ఉన్న టబ్ ముందు చేరుకోగలిగాడు, నూనెలో మరిగించాడు. భార్గవ వ్యక్తిని గుర్తించి అయోమయంలో పడ్డాడు. "శతానిక రాజు ఇంత క్రూరంగా ఎలా హింసించబడ్డాడు? అతను గొప్ప రాజు? పెద్ద మొత్తంలో బంగారం మరియు ఇతర వస్తువులను దానంగా ఇచ్చిన కారణంగా అతని పేరుకు చాలా 'పుణ్య' ఉంది! అతను ధర్మవంతుడు కాదా లేదా పుణ్యుడు కాదా? '-శాలి' (చాలా మతపరమైన యోగ్యత కలిగిన వ్యక్తి)?" శతానిక రాజు ఆత్మ భార్గవుడి మాట విని ఇలా అన్నాడు: "నేను పెద్ద మొత్తంలో దానాలు చేసేవాడిని కానీ నా సంపాదనతో కాదు. రాజ ఖజానా నుండి డబ్బు వచ్చింది. అలా చేసిన పుణ్యం ప్రజల ఖాతాలో జమ చేయబడింది. నీవు

వెళ్లి నా కుమారునికి చెప్పు, గొప్ప వ్యక్తులతో సహవాసం చేయడం మరియు మీ సంపాదనతో దానం చేయడం ద్వారా 'పుణ్యం' సమృద్ధిగా సమకూరుతుందని, ఆ పరమశివునికి భక్తిపూర్వకంగా సకల పుణ్యాలను సమర్పిస్తూ అలా చేయమని చెప్పండి. ప్రతిరోజు అతనిని ప్రార్థించండి. ముఖ్యంగా చాంద్రమాన పక్షంలోని ప్రతి 14వ రోజున. అప్పుడే అతను నన్ను ఈ నరకం నుండి విమోచించి, స్వర్గంలో ఒక సందును పొందగలడు." జమబుద్వీపానికి తిరిగివచ్చి, భార్గవ సహస్త్రినికాకు ఉత్తరం యొక్క నిష్క్రమించిన తండ్రి తనకు తెలియజేయమని సలహా ఇచ్చాడు. సహస్తిమిక సందేశం వచ్చింది.

ఇప్పుడు అతను భిక్ష దానం చేయడం ప్రారంభించాడు, దాని కోసం అతను తన తర్వాత కూలిగా కష్టపడి డబ్బు సంపాదించాడు . రాజ విధులు. అతను మతపరంగా శివుడిని కూడా ప్రార్థించాడు మరియు కఠినమైన ఉపవాసం పాటించాడు .ప్రతి చంద్ర పక్షంలో పద్నాలుగో రోజు. ఈ అభ్యాసం అతని తండ్రి ఆత్మను నరకం యొక్క హింస నుండి తిరిగి నిరోధించడమే కాకుండా, అతనికి స్వర్గంలో ఖచ్చితంగా జన్మనిచ్చింది. ఒక వ్యక్తి తన వ్యక్తిగత పుణ్యంతో సంపాదించని దానంగా దేనినీ దానం చేయకూడదు. చివరకు కొడుకు మరియు తండ్రి ఇద్దరూ శివలోకం (శివుని రాజ్యం)లో స్థానం సంపాదించారు.

34. పరశురాముని కథ

పూర్వం గాధి అనే పేరున్న రాజు ఉండేవాడు. అతని నవ్వు యాగాలు చేయడంలో నిష్ణాతుడైన ఋషుకుడిని వివాహం చేసుకుంది. ఒకసారి రిచుక చాలా పవిత్రమైన త్యాగం కోసం ఏర్పాటు చేసాడు, దాని ఫలితంగా అతను పవిత్ర అగ్ని నుండి కొంత దైవిక పానీయాన్ని (ఖురా) స్వీకరించాడు. రిచుక సూచనలతో ఆ ఖురాను తన భార్య సత్యవతికి ఇచ్చాడు. "నేను ఈ దివ్యమైన పాయసాన్ని రెండు భాగాలుగా విభజిస్తాను, మొదటి సగం మీరే తినండి, మిగిలిన సగం మీ అమ్మ తినాలి." అప్పుడు ఋషి తనకు తానుగా పాయసాన్ని సరి భాగాలుగా విభజించి, అప్పటికే ఇచ్చిన ఖచ్చితమైన సూచనల ప్రకారం దానిని సేవించమని తన భార్యకు ఇచ్చాడు.

దివ్య పాయసం పంచడంలోని ఉద్దేశ్యాన్ని కూడా వివరించాడు. "మేము ఆశ్రమంలో నివసించే బ్రాహ్మణులం కాబట్టి, మాకు బ్రాహ్మణుడి యొక్క సద్గుణ గుణాలు కలిగిన కుమారుడు కావాలి. కానీ మీ తండ్రి 'క్షత్రియుడు' (మర్త్య జాతికి చెందినవాడు)" అని అతను చెప్పాడు: "యోధుడు వంటి గుణాలు కలిగిన దృఢమైన కుమారుడు కావాలి. కాబట్టి మీ (మొదటి) భాగం మీకు శ్రేష్ఠమైన బ్రాహ్మణుడిని, మరొక భాగం శ్రేష్ఠమైన క్షత్రియుడిని ఇవ్వాలి." ఇంకా ఈ స్పష్టమైన సూచనలు ఉన్నప్పటికీ తల్లి మరియు కుమార్తె భాగాలు మార్చుకున్నారు.

ఇంతలో రిచుక తన ధ్యానాన్ని కొనసాగించడానికి అడవులకు బయలుదేరాడు. అలా చేస్తున్నప్పుడు తన ప్రత్యేక శక్తుల ద్వారా ఆమె భార్య మరియు అతని అత్తగారు చేసిన తప్పును అతను గ్రహించాడు. తన శక్తుల ద్వారా అతను తన కొడుకు పుట్టుకను వాయిదా వేయగలిగాడు. కాబట్టి, సత్యవతి చివరికి జమదగ్నికి జన్మనిచ్చింది. జమదగ్ని కుమారుడు పరశురాముడు బ్రాహ్మణుడైనప్పటికీ క్షత్రియ లక్షణాలను ప్రదర్శించాడు. చివరికి గాధి కొడుకు విశ్వామిత్రుడు అయ్యాడు. అతను క్షత్రియుడు జన్మించాడు, కానీ ధ్యానం మరియు తపస్సు ద్వారా అతను సాధించగలిగాడు .

బ్రాహ్మణుడు సాధించగల అత్యున్నత స్థానం: బ్రహ్మఋషి' (సుప్రీం ఋషి) జమదగ్ని తదనంతరం మరింత మంది కుమారులను కూడా పొందాడు. ఒకసారి అతని భార్య రేణుక అతని పూజకు కావలసిన వస్తువులను సిద్ధం చేయడంలో ఆలస్యం చేసింది. అతను చాలా కోపంగా ఉన్నాడు, ఈ లోపానికి తన కొడుకులు తమ తల్లిని నరికివేయమని కోరాడు.

పరశురాముడు తప్ప మరెవ్వరూ తన తండ్రి ఆజ్ఞను నెరవేర్చిన తర్వాత అతని నుండి కోరుకున్న వరం పొందేందుకు ముందుకు రాలేదు. ఏ సమయంలోనైనా అతను తన తల్లిని నరికివేసాడు మరియు అతని వరం ద్వారా అతను తన తండ్రి నుండి పొందిన తన తల్లిని తిరిగి బ్రతికించగలిగాడు. పరశురాముడి అసలు పేరు రామ్. కానీ అతను ఎప్పుడూ గొడ్డలిని తీసుకువెళ్లాడు కాబట్టి అతను గొడ్డలితో ఉన్న రాముడు అని పిలువబడ్డాడు. పరశురాముడికి యుక్తవయస్సు వచ్చినప్పుడు, ఒక

ప్రసిద్ధ రాజు ఉన్నాడు . అర్జునుడు అనే హైలయ రాజవంశం. జ్వలించే అగ్ని తన బాణం యొక్క కొనపై శాశ్వతంగా ఉండే వరం కూడా పొందాడు. అతను ఎప్పుడైతే ఒక బాణాన్ని ప్రయోగించాడో అది ఆవేశంతో కూడిన బాణంగా మారింది. ఈ విధంగా అర్జునుడు గ్రామాలను, అడవులను తగలబెట్టేవాడు. ఒకసారి తన అహంకారంతో అతను పరశురాముడిచే చంపబడతాడని శపించిన ఒక సాధువు యొక్క ఆశ్రమాన్ని తగలబెట్టడానికి సాహసించాడు.

ఇంతలో, పరశురాముడు విధి ప్రకారం, ఆయుధాలు వేయడంలో మాస్టర్ అయ్యాడు. అతను పోరాట కళను మరెవరి నుండి నేర్చుకున్నాడు తప్ప శివుడి దగ్గరే నేర్చుకున్నాడు. ఒకసారి అర్జునుడు జమదగ్ని ఆశ్రమానికి వచ్చాడు. జమదగ్ని తన పరివారం మొత్తానికి ఉత్తమమైన ఆహారం మరియు ఇతర సౌకర్యాలను అందించాడు. రాజు అర్జునుడు ఆ దట్టమైన అడవిలో తన మనుషులకు ఆహారం మరియు ఇతర వస్తువులను ఎలా ఏర్పాటు చేయగలడు అని ఋషిని అడిగాడు, అది కూడా అనతికాలంలోనే. జమదగ్ని మహర్షి తన వద్ద ఉన్న ఒక దివ్యమైన ఆవు (కామధేనుడు) వల్లనే ఇదంతా జరిగిందని సమాధానం చెప్పాడు.

"ఆమె మీకు ఏది కావాలంటే అది ఇస్తాను." అటువంటి అద్భుతమైన ఆవుపై అత్యాశతో అర్జునుడు, ఆ ఆవును తనకు ఇవ్వమని జమదగ్నిని అడిగాడు, కానీ ఋషి రాజును కట్టబెట్టడానికి నిరాకరించాడు. రాజు, అర్జునుడు తన సిపాయిలను బలవంతంగా తీసుకెళ్లమని ఆదేశించాడు. అయితే వారు అలా చేయబోతుండగా, పరశురాముడు తన గొడ్డలితో అక్కడికి వచ్చాడు, అతను రాజును చంపి, వెయ్యి ఆయుధాలు కలిగి ఉన్నాడని నమ్మి, అన్ని ఆయుధాలను ముక్కలు చేసి, రాజు యొక్క సైనికులను చేసాడు. భయంతో పారిపోతారు.

అర్జునుడిని చంపిన తరువాత, పరశురాముడు శివుని ధ్యానం మరియు ఆరాధనకు బయలుదేరాడు. పరశురాముడు లేకపోవడాన్ని సద్వినియోగం చేసుకున్న అర్జునుని కుమారులు భారీ సైన్యాన్ని సేకరించి దాడి చేశారు. ఋషి 'జమదగ్ని సన్యాసం. ఆశ్రమాన్ని దోచుకోవడంలో వారు జమదగ్ని మహర్షిని కూడా చంపారు. పరశురాముడు మహేంద్ర పర్వతం నుండి పూజల కోసం తనకు ఇష్టమైన ప్రదేశం నుండి తిరిగి వచ్చినప్పుడు, అతను ఈ దుర్మార్గానికి ప్రతీకారం తీర్చుకున్నాడు మరియు అర్జునుడి కుమారులందరినీ చంపాడు, తద్వారా మొత్తం రాజవంశాన్ని అంతం చేశాడు.

అప్పుడు అతను మొత్తం క్షత్రియ జాతికి గొప్ప ప్రతీకారాన్ని పెంచుకున్నాడు మరియు ఇరవై ఒక్కసారి క్షత్రియులను భూమి ఉపరితలం నుండి దాదాపు అంతరించిపోయేలా చేశాడు. అర్జునుడి కుమారులు జమదగ్నిని చంపడానికి ముందు అతని శరీరంపై ఇరవై ఒక్క గాయాలను కలిగించినందున అతను ఇరవై ఒక్క సార్లు అలా చేసాడు. కానీ పరశురాముడు అలా చేస్తూనే ఘోరమైన హత్య చేశాడు. తపస్సుగా అతను వేలకొలది ఆవులను దానం చేయవలసి వచ్చింది మరియు అగ్రస్థానమైన 'అశ్వమేధ'[అశ్వమేధ యాగం]తో సహా అనేక యాగాలను నిర్వహించవలసి వచ్చింది. కానీ ఇది తగిన

తపస్సు కాదని తేలింది. అప్పుడు అతను ఆదిమ ఋషి కశ్యప నుండి సలహా కోరాడు, అతను శివుడికి నైవేద్యాన్ని సమర్పించిన తర్వాత క్రమం తప్పకుండా తులాదనాన్ని చేయమని సలహా ఇచ్చాడు. తులేదినా అనేది ఒక ప్రత్యేక రకమైన దాన క్రియ, దీనిలో వ్యక్తి దానంగా ఇవ్వాల్సిన బంగారం, తేనె, శుద్ధి చేసిన వెన్న మరియు ఇతర పవిత్ర వస్తువులకు వ్యతిరేకంగా తనను తాను బరువుగా ఉంచుకుంటాడు మరియు అవసరమైన బ్రాహ్మణులకు బరువుగా ఉన్న వస్తువులను దానం చేస్తాడు. దీనితో అతను పాపం నుండి విముక్తుడయ్యాడు మరియు అతను ఎంచుకున్న దేవత మరియు యజమాని అయిన శివుడికి తన ఆరాధనను కొనసాగించడానికి మహేంద్ర పర్వతానికి మరమ్మతులు చేశాడు.

అతను వయస్సు తక్కువగా ఉంటాడని నమ్ముతారు, అందుకే అతను ప్రతి యుగంలో కనిపిస్తూనే ఉంటాడు. రామునికి గొడవ జరిగినప్పుడు అతడు అక్కడ ఉన్నాడు. రాముడు సీతని వివాహం చేసుకోవడం కోసం శివుని విల్లును విరిచినప్పుడు అతనితో. మహాభారతం యుద్ధం జరిగిన సమయంలో ఆయన కూడా ఉన్నారు . ఎందుకంటే అతను విలువిద్యలో కర్ణుని గురువుగా వర్ణించబడ్డాడు.

35. నరకాలు, భౌగోళిక శాస్త్రం, ఖగోళ శాస్త్రం, సమయ విభజన మరియు పురుషుల వివరణ

ఈ పురాణం, ఇతర పురాణాల మాదిరిగానే అనేక తాళ్ల గురించి వివరిస్తుంది. ఈ నరకాలు నోకినవి, 'తప్త లోహ' వంటి వివిధ పాపులకు విధించే శిక్ష, అంటే పాపి ఎర్రగా-వేడి ఇనుముపై కూర్చోవలసి వస్తుంది. వారి పేర్లు లేదా నేరానికి సంబంధించిన శిక్షలు క్రింద ఇవ్వబడ్డాయి.

(i) రౌరవ:- బ్రాహ్మణ హంతకుడు; తప్పుడు సాక్ష్యం ఇచ్చేవాడు; ఒక అబద్ధాలకోరు, మద్యంతో సహా నిషేధిత పానీయాలు తాగేవాడు దానికి పంపబడతాడు.

(ii) శూకర:- పశువులను చంపేవాడికి, దొంగలకు. క్షత్రియులు మరియు వైశ్యుల హంతకులు కూడా ఇక్కడకు పంపబడ్డారు.

(iii) తప్తలోహ:- శిశుహత్య (చంపడం) చేసే వారికి శిశువులు)

(iv) తప్త భళ:- తమ గురువులను మరియు వేద గ్రంథాలను విమర్శించే వారివారిక

(v) క్రిమిభక్ష: బ్రాహ్మణులను, దేవతలను అవమానించే వారు,లేదా రాజులు ఈ నరకానికి పంపబడతారు.

(vi) లాలాభక్ష: నైవేద్యం లేకుండా భోజనం చేసేవారికి దేవతలకు మరియు నిషేధించబడిన వాటిని తినే బ్రాహ్మణులకు లభిస్తుంది.

(vii) రుధిరంధ: మద్యం అమ్మేవారికి మరియు అభాగ్యులను చంపేవారికి.

(viii) వైతరణి: తేనెటీగలను చంపేవారి కోసం.

(ix) అసిపత్రవన: చెట్లు మరియు వృక్షసంపదను నాశనం చేసేవాడు.

(x) కృష్ణ: మోసగాళ్ల కోసం.

(xi) వహ్నిజ్వాల: మూగ జంతువుల హంతకుల కోసం.

(xii) అగ్నిమయ: అగ్ని ద్వారా వినాశనం కలిగించే వారికి.

(xiii) సందాంశ: వారి వరత పూర్తి చేయడంలో విఫలమైన వారు లేదా

(xiv) శ్వభోజన: తమ కుమారుల సూచనలను అనుసరించే వారికి.

శిక్ష అనేది నేరం లేదా చేసిన పాపానికి చాలా అనులోమానుపాతంలో ఉన్నప్పటికీ, తపస్సు ద్వారా ఒకరి పాపానికి ప్రాయశ్చిత్తం చేయడం ద్వారా ఒకరి పాపాన్ని కరిగించవచ్చు, అత్యంత ఘోరమైన నేరం లేదా పాపానికి విముక్తి పొందడానికి ఉత్తమ మార్గం శివుడిని ఆరాధించడం.

భౌగోళిక శాస్త్రం

ఈ పురాణం ప్రకారం భూమిని ఏడు ప్రధాన ఖండాలు (ద్వీపాలు)గా విభజించారు: జమాబుద్వీపం, ప్లాక్షద్వీపం, శాల్మలీద్వీపం. శాకద్వీపము, కుశద్వీపము, క్రౌంచద్వీపము మరియు పుష్కరద్వీపము.

ఈ ప్రధాన ప్రాంతాలు లవణం, ఇకు, సాంపి, దహి, దుగ్ధ, జల మరియు రసాలతో ఏడు మహాసముద్రాలతో చుట్టుముట్టాయి' [స్పష్టంగా, లవణం అంటే ఉప్పు, ఇకు అంటే పులుపు, సాన్పి అంటే చేదు, దహి అంటే పెరుగు, దుగ్ధ అంటే పాలు, జల్ అంటే నీరు మరియు రస అంటే రసం].సుమేరు పర్వతం జంబూద్వీపం మధ్యలో ఉన్నట్లు వర్ణించబడింది. జంబూద్వీపంలోని ఈ కేంద్ర భాగాన్ని ఇలావృతవర్ష అంటారు.

సుమేరునికి దక్షిణాన భరతవర్షం, ఉత్తరాన రమ్యకవశం, మరింత ఉత్తరాన ఉత్తరకురువర్షం ఉన్నాయి. భారత వర్షానికి ఉత్తరాన పర్వత శ్రేణులు మరియు దక్షిణాన సముద్రం ఉన్నాయి. భరతవర్షలోని ఏడు ప్రధాన పర్వత శ్రేణులు మహేంద్ర, మలయ, సహ్యా, శుక్తిమాన, రిక్ష, వింధ్య మరియు పార్టీయాత్ర. భరతవర్ష 'పుణ్యక్షేత్రం. ఉన్నవారు మాత్రమే సేకరించిన 'పుణ్య' వెయ్యికి పైగా మానవ జీవితాలు పుట్టాయి . మోక్షాన్ని అందించడానికి శివుడు ఎల్లప్పుడూ ఇక్కడ ఉంటాడు కాబట్టి భరతవరష దాని నివాసులకు.'

ఖగోళ శాస్త్రం

భూలోకం (భూమి) యొక్క సరిహద్దులు సూర్యుడు మరియు చంద్రుని కిరణాలచే తాకబడే పాయింట్ల వరకు విస్తరించి ఉన్నాయి. పైన 1. ఈ మహాసముద్రం ఆ కాలంలో ప్రసిద్ధి చెందిన ద్రవాలను సూచిస్తుంది; వారు కూడా ఆ సమయంలో తెలిసిన అభిరుచుల యొక్క అభిప్రాయాన్ని ఇవ్వండి.ఈ వివరాలు చాలా వరకు ఇప్పటికే 'ది విష్ణు పురాణం' లో ఇవ్వబడ్డాయి కాబట్టి మా ఈ సిరీస్, అవి క్లుప్తంగా మాత్రమే ఇక్కడ ఇవ్వబడుతున్నాయి.సూర్యుని ప్రాంతం చంద్రునిది.

ఆ తర్వాత బుద్ధుడు (బుధుడు), శుక్రుడు (శుక్రుడు), మంగళ (అంగారకుడు), బృహస్పతి (బృహస్పతి), శని (శనిగ్రహం), మరియు నక్షత్రాల (రాశి) రాజ్యాలు ఉన్నాయి.దీని తరువాత సప్తఋషి లోకే (ఉర్సా మేజోరిస్ కూటమి) రాజ్యం వ్యాపిస్తుంది. వాటిని మించినది స్వర్గలోకం (స్వర్గం). ప్రళయ కాలంలో భూలోకం, భువర్లోకం, స్వర్గలోకం మాత్రమే నాశనం అవుతాయి కానీ అవతల ఉన్న ప్రాంతాలు కాదు. ఈ మూడింటికి మించిన మొదటిది ధృవ్లోకం. ధ్రువ నక్షత్రం యొక్క వృత్తం. కాబట్టి భూలోకము, భువర్లోకము, స్వర్గలోకము, ధృవలోకము, మహర్లోకము, జనలోకము, తపలోకము మరియు సత్యలోకము అనే ఏడు (రాజ్యాలు) ఉన్నాయి. పాతాళము, దీని ఏడు విభాగాలు పాతాళ, సుతల, వేటల, నితల, కాల విభజన మరియు మన్వంతరాలు

నిమేషా అనేది సమయం యొక్క అతిచిన్న యూనిట్, ఇది ఒకసారి రెప్పపాటున కళ్లలో పట్టే సమయానికి సమానం. 15 నిమేషాలు 1 కాష్ఠ; 30 కాష్ఠ = 1 కల; 30 కాల ఒక ముహూర్తం మరియు 30 ముహూర్తం= 1 రోజు; 30 రోజులు = 1 నెల, ఇందులో రెండు ఉంటాయి . చంద్ర పక్షం (ప్రకాశవంతమైన మరియు చీకటి) శుక్లపక్షం మరియు కృష్ణపక్షం. 6 నెలలు 1 అయానా, ఆ విధంగా 2 అయన = 1 సంవత్సరాలు; 360 మానవ సంవత్సరాలు = 1 దివ్య సంవత్సరం. సత్యయుగం-4000

దివ్య సంవత్సరాలు, త్రేతా యుగం-3000 దివ్య సంవత్సరాలు, ద్వాపర యుగం = 2000. దివ్య సంవత్సరాలు, కలియుగం 1000 దివ్య సంవత్సరం.

సంధ్యలు మరియు సంధ్యాంశాలు, ఒక యుగం ప్రారంభానికి మధ్య ఉన్న మధ్య కాలం, 2000 దివ్య సంవత్సరాలకు సంబంధించినది- ఈ విధంగా నాలుగు యుగాల ఒక చక్రం = 12000 దివ్య సంవత్సరాలు, 1 కల్ప – నాలుగు యుగాల 1000 చక్రాలు = 14 మన్వంతరాలు, ఇందులో సుదీర్ఘ కాలం నియమాల మను ఒకటి. 1 బ్రహ్మ యొక్క కల్ప 1రోజు; 3000 బ్రహ్మ సంవత్సరాలు యుగం ఒక బ్రహ్మ 1000 అటువంటి యుగాలు = 1 సవన మరియు ఒక బ్రహ్మ మూడు వేల సవావుల వరకు జీవిస్తాడు. విష్ణువు యొక్క ప్రతి రోజుల్లో ఒక బ్రహ్మ జన్మించి మరణిస్తాడు మరియు ప్రతి శివుని రోజుల్లో ఒక విష్ణువు జన్మించి మరణిస్తాడు.

ముందు చెప్పినట్లుగా ఒక్కో మన్వంతరాన్ని ఒక మనువు పాలిస్తాడు. దేవతలు (దేవతలు) ఏడుగురు గొప్ప ఋషులు మరియు ఇంద్రుడు ఒక మనవంతరం నుండి మరొకదానికి మారతారు. మొదటి మనువు స్వయంభువు మరియు ఏడుగురు ఋషుల పేర్లు మారేచి, అత్రి, అంగీర, పులస్త్య, పులహ, క్రతు మరియు వశిష్ఠ. ఈ విధంగా మునులు, ఇంద్రుడు మరియు ఏడుగురు ఋషులు కొనసాగుతారని . ప్రతి మన్వంతరంలో మారుతోంది. ఈ కల్పంలో ఏడు మన్వంతరాలు జరిగాయని, మిగిలిన ఏడు భవిష్యత్తులో వస్తాయని ఈ పురాణం చెబుతోంది! చివరి(7) మనువు వైవస్వత. వైవస్వత మనువు రోమహర్షణ ఋషులు అడిగినప్పుడు ఈ మనువు యొక్క వివరణాత్మక వృత్తాంతం చెప్పాడు.

ఋషి కశ్యప కుమారుడు విశ్వవనుడు లేదా సూర్యుడు. సూర్యుడు త్వష్ఠ (అదే విష్కర్మ) కుమార్తె సంగ్యను వివాహం చేసుకున్నాడు మరియు వారికి వైవేశ్వత, యమ మరియు యమునా అనే ముగ్గురు పిల్లలు ఉన్నారు. సంగ్య తన భర్త యొక్క తేజస్సును తట్టుకోలేక, ఆమె శరీరం నుండి సంధ్య అనే తన ప్రతిని సృష్టించి, జీవించడానికి వెళ్ళింది. ఆమె తండ్రితో. ఇంతలో, సూర్యుడు తేడాను గుర్తించలేకపోయాడు . మరియు ఈ యూనియన్ నుండి సావెర్ని అని పిలువబడే మరొక కొడుకును పుట్టించాడు. సంధ్య సరర్నిపై ఎక్కువ దృష్టి పెట్టింది, యమను నిర్లక్ష్యం చేయడం మరియు సూర్యుని యొక్క ఇతర సమస్యలను మొదటి కలయికగా ఏర్పరుస్తుంది, సూర్యుడు ఈ తేడా గురించి తెలుసుకున్నాడు. అప్పుడు అతను సంగ్య నివసించే త్వాష్ఠకు వెళ్ళాడు. కాని ఆమె తన భర్తను విడిచిపెట్టినట్లు ఆమె తండ్రి గుర్తించాడు. ఎందుకని అడిగితే కోపంతో మగరూపాన్ని ధరించి ఉత్తరకేతువు అనే రాజ్యానికి వెళ్లింది.

తన మొదటి భార్య తనను విడిచిపెట్టడానికి గల కారణాన్ని తెలుసుకున్న సూర్యుడు కూడా దానిని అనుసరించి అశ్వరూపంలో ఉత్తరకేతువు రాజ్యానికి చేరుకున్నాడు. అప్పుడు, గుర్రం మరియు మేర్

వంటి వారికి ఇద్దరు పిల్లలు ఉన్నారు, అశ్విని కుమార్ అని పిలుస్తారు. వాటిని నాసత్య మరియు దసరా అని కూడా పిలుస్తారు. ఈ విధంగా వైవస్వత మనువు సూర్యుడు మరియు సంగ్య కుమారుడు. కొడుకు పుట్టాలని ఎన్నో యాగాలు చేశాడు. ఈ యాగంచేశాడు

అతనికి ఇల అనే కూతురు పుట్టింది. చంద్ర (చంద్రుని) కుమారుడు బుధ (మర్క్యురీ) ఇలా మరియు వారిని వివాహం చేసుకున్నాడు పురూర్వ అనే కొడుకు ఉన్నాడు. ఇది చంద్ర వంశానికి మూలం ఇది పురూర్వతో ప్రారంభమైంది, తరువాత అతను ప్రముఖులను వివాహం చేసుకున్నాడు డాన్స్యూస్ ఊర్వశి. తరువాత వైవస్వత మనువుకి తొమ్మిది మంది కుమారులు కలిగారు. వారి పేర్లు ఇక్ష్వాకు, శివి, నభాగ, ధృష్ణు, శర్యాతి, నరిష్యంత, ఈశ, కరుష మరియు ప్రియవర్త. ఈ తొమ్మిది మంది కుమారులు సౌర వంశానికి మూలకర్తలుగా భావిస్తున్నారు. నిజానికి సృష్టి మొత్తం ఈ రెండు ప్రధాన రాజవంశాలచే సృష్టించబడింది.అప్పుడు పురాణం మునుల పేర్లు మరియు రాబోయే మన్వంతర్లలోని ఏడుగురు ఋషుల గురించి ప్రస్తావించింది.

36. ఎపిలోగ్

రోమహర్షణుని నుండి ఈ పురాణాన్ని వినడానికి సమావేశమైన ఋషులు దాని ముగింపులో చాలా సంతోషించారు. రోమహర్షణుని పూజించినంత పులకించిపోయారు. కానీ రోమహర్షణుడు వారిని ఇలా హెచ్చరించాడు: "శివునిపై లేదా ఇతర దేవుళ్ళపై విశ్వాసం లేనివారికి ఈ పురాణం గురించి ఎన్నటికీ వెల్లడించవద్దు. ఈ పురాణం నీతిమంతులు, దైవభక్తి మరియు స్వభావంతో ఉన్నతమైన వారికి చెప్పడానికి అర్హమైనది."ఈ పురాణం యొక్క వృత్తాంతాన్ని చదివిన లేదా వినే వ్యక్తి శివునికి గట్టి భక్తుడు అవుతాడు.

అప్పుడు అతని పాపాలన్నీ స్వయంచాలకంగా కడిగివేయబడతాయి. ఈ పురాణాన్ని శ్రద్ధగా వినేవారు విశ్వ ప్రభువైన శివుని నుండి నేరుగా అనుగ్రహాన్ని పొందుతారు. ఎవరైనా ఈ పురాణాన్ని ఉంచడమే కాకుండా, శివుని రాజ్యంలో ఖచ్చితంగా సముచిత స్థానాన్ని సంపాదించడానికి బంగారం మరియు ఇతర దానాలతో పాటు అర్హులైన వారికి దానం చేయాలి.